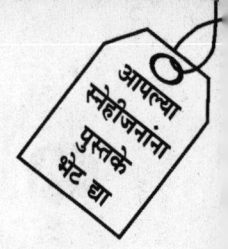

वळीव

शंकर पाटील

मेहता पब्लिशिंग हाऊस

VALIV by SHANKAR PATIL

वळीव : शंकर पाटील / कथासंग्रह

Email : author@mehtapublishinghouse.com

© सुरक्षित

मराठी पुस्तक प्रकाशनाचे हक्क : मेहता पब्लिशिंग हाऊस प्रा.लि., पुणे.

संस्थापक : सुनील अनिल मेहता

प्रकाशक : मेहता पब्लिशिंग हाऊस प्रा. लि.,
१९४१, सदाशिव पेठ, माडीवाले कॉलनी, पुणे - ४११०३०

मुद्रक : श्री मुद्रा

मुखपृष्ठ : देविदास पेशवे

प्रकाशनकाल : दुसरी आवृत्ती : गणेश चतुर्थी, १९८० / २२ ऑक्टोबर, १९८५ / १८ फेब्रुवारी, १९९५ / ५ सप्टेंबर, १९९८ / जानेवारी, २००८ / ऑगस्ट, २००८ / जून, २००९ / ऑगस्ट, २०१० / ऑक्टोबर, २०११ / डिसेंबर, २०१२ / नोव्हेंबर, २०१३ / जून, २०१५ / ऑगस्ट, २०१६ / जानेवारी, २०१८ / ऑक्टोबर, २०१९ / डिसेंबर, २०२१ / जून, २०२३ /
पुनर्मुद्रण : नोव्हेंबर, २०२४

किंमत : ₹ २००

P Book ISBN 9788177669299
E Book ISBN 9788184987508
E Books available on : amazonkindle Apple Books Google Play Books

कै. *आई-वडिलांच्या स्मृतीस*
आमच्या नशिबातला मोटनाडा जाऊन हातात खुरप्याऐवजी
लेखणी आली ती त्यांच्याच अपरंपार कष्टामुळे

अनुक्रमणिका

वळीव

उनाची खाई उसळली होती. वारा अजिबात थांबला होता. आकाश ढगाळून येऊन सारखं गदमदत होतं. बसल्याजागी अंग घामानं भिजत होतं. सावलीला म्हणून खोपीत बसलं तरी बाहेरच्या झळा आत येत होत्या. उष्माच भयंकर वाढला होता.

खोपीत निवांत पडलेल्या तात्या देसायाला अशा ह्या उनानं गदमदत होतं. एखाद्या भट्टीगत अंग आतल्या आत शिजत होतं. पडल्या जागी चैन पडेना तसा तात्या उठून बसला. अंगातली पैरण काढून त्यानं घाम पुसला आणि उघड्या अंगावर वारा घेत तो बसून राहिला. लुकलुक हलणाऱ्या मानेनं पाठीची कमान करून तो दोन्ही पायांवर बसून वारा घेत राहिला, पण कायली काय कमी होत नव्हती. सारी भूमीच खेंडागत धगधगत होती. गार सावलीला बसूनही अंग शिजत होतं. हवेत एक तऱ्हेचा विचित्रच उकाडा होता. वाराच बंद झाला होता. पेवात कोंडलेल्या धान्यागत माणसाची अवस्था झाली होती.

पैरण हातात घेऊन तात्या एकसारखा हात हलवत होता. थरथरत्या हातांनी वारा घेऊन घेऊन तात्याचे हात भरून आले. हात दमले आणि काही इलाज चालेना झाला, तसा तात्या आपल्या हातांचे दोन्ही पंजे भुईला रेटून गुमान बसून राहिला.

बाहेर उनाकडे डोळे उघडून बघवत नव्हतं. बुबळं बाहेर पडत होती. तात्या आपली मान गुडघ्यांत घालून पायांच्या तळव्यांकडे बघत बसून राहिला. बसल्या बसल्या अंग घामानं चिकचिकून गेलं, तसा तात्यानं पैरणीचाच पिळा केला आणि अंगाला तिडा देऊन तो पाठ पुसू लागला. अंग कितीही पुसलं तरी घाम काही हटत नव्हता. मारुतीगत अंग सारखं पाझरतच होतं. कुठंतरी घालून घ्यावंसं वाटू लागलं. एखाद्या डोहात जाऊन उडी घ्यावीशी वाटू लागली. कायलीच सहन होईना झाली.

बसल्या जागेसनंच हात लांब करून तात्यानं गेळ्यातलं थंड पाणी मडक्यात घेतलं आणि गटागटा पाणी पिऊन झाल्यावर बसल्याजागी तो धापा टाकू लागला. लुकलुक हलणारी मान सावरत आणि पिपरणीच्या पानागत थरथरणाऱ्या पंजाची बोटं आधारासाठी जमिनीला टेकवून तो बसून राहिला. ऊन खाली होण्याची तो वाट बघू लागला.

अशा ह्या उनाच्या कारात एक गडी डगर चढून वर आला आणि तात्या बसला होता त्या खोपीकडे येऊ लागला. उनानं टाळकं तडकू नये म्हणून त्यानं चारपदरी धोतराचा एक फडाणा डोईवर पांघरला होता. त्याच्या चालीबरोबर तो लपाकलपाक हलत होता. त्या आवाजानं तात्यानं खाली घातलेली मान वर उचलून विचारलं, "कोण हाय रं?"

जवळच बूड टेकून त्यानं सांगितलं, "म्या माळ्याचा सखुबा हाय जी. ऊन लई तावाय लागलंय, तात्या." असं म्हणून तो पाय पसरून सप्पय बसला आणि धोतरानं घाम पुसत म्हणाला, "थंड पाणीबिणी तर काय हाय का?"

"तो हाय बग गेळ्यात. कुठं गेलतास हिकडं अशा रखरखीत उनात?"

आधी दोन मडकी गार पाणी पिऊन तोंड पुसत सखुबा म्हणाला, "गेलतो कबनूरला."

"आधीमधीच तिकडं का?"

"सकाळी म्हार आला होता."

तात्या दचकून म्हणाला, "का रं? कोण गेलं?"

"सासरा गेला की तात्या."

"ते कशानं रं? काय पडला होता व्हय?"

"दुखणं न्हाई फिकणं न्हाई – काय न्हाई बघा. आकस्मात बिचाऱ्याला मराण आलं."

विरुद्ध दिशेला तोंड करून बसलेला तात्या सावकाश अंगाभोवती वळून बसला आणि सखुबाच्या तोंडाकडं बघत म्हणाला, "असा अवचितच कसा गेला गा?"

"आता! कसा?" असं एकदा स्वत:शीच म्हणून सखुबा सांगू लागला, "सासू भाकरी घेऊन रानात गेली, सासरा भाकरी खायाला म्हणून हिरीत जाऊन हात-पाय धुवून आला. पायऱ्या चढून खोपीपतुर कसाबसा आला ते भुईला कलंडला... कलंडला ते गप्पगारच झाला. सासू अजून भाकरीचं गटळं सोडत होती तवरच सारा खेळ आटपला. असं का म्हणून सासू जवळ जाऊन बघती तर काय बोलणं न्हाई, चालणं न्हाई. सगळं जिथल्या तिथं थंड. काय कळलंच न्हाई. मला अमुक हुतंय असं सांगायला त्यानं तोंडच उघडलं न्हाई. काळच आला अवचित

त्याला त्यो तरी काय करणार? काय बघा की मराण!''

थंड बसलेल्या तात्याच्या मनात चलबिचल सुरू झाली. भांबावलेल्या मनानं तात्या दोन्ही हात हलवून म्हणाला, ''सखुबा, खुळ्या, हे काय खरं न्हवं बघ. माणसाचा भरंवसाच ऱ्हायला न्हाई. माणूस आता हाय तर मागनं न्हाई अशातली गत झालीया. काय ऐकायचं आणि काय!''

असं म्हणून तात्या मुकाट्यानं बसून रहिला. आपली लुकलुक हलणारी मान गुडघ्यात घालून खालच्या भुईकडे नजर लावून बसला. तात्या थंड बसून राहिला तरी तळ ढवळला होता. भांड्यात पाणी घेऊन त्यात नळीनं फुकावं तसे उमाळे वर येत होते.

....पावसाचं, वाऱ्याचं काय म्हणून रानात जात असशीला? थंड घरात पडायचं सोडून इनाकारणी दुसऱ्याच्या जिवाला घोर लावायचा!....

तात्या मुका होऊन बसून राहिला, तसा सखुबा धोतराचा फडाणा पुन्हा डोक्यावर घेऊन म्हणाला, ''बरं, उठतो आता. काय ढगबी जमल्यात. वाऱ्याच्या आधी घर गाठतो.''

न बोलताच तात्यानं मान हलवली आणि लपाक लपाक असा डोईवरच्या फडाण्याचा आवाज करीत सखुबा डगर उतरून गावाच्या वाटेला लागला.

सखुबा लांब जाऊन दिसेनासा झाला आणि एकाएकी वाऱ्याची झुळूक अंगावर आली. आडवंतिडवं पळत सुटलेलं वारं खोपीत शिरून अंगाभोवतीनं फिरू लागलं. खोपीचा कूड वाजू लागला. खोप गदगदा हलू लगली. डोईवरचं छप्पर अंतराळी झालं. छप्पर उडून जातंय का काय म्हणून तात्यानं वर बघितलं, तर पाखाडात खोवलेली कुऱ्हाड निसटायच्या बेताला आली होती. ती काढायला म्हणून तात्या गडबडीनं उठून उभा राहिला तर वारं काय सुचू देईना झालं. शिडात वारं घुसावं तसा पंजाचा सोगा तात्याच्या दोन्ही तंगड्यांतनं मागं पळू लागला. पुढं पाऊल टाकता येईना झालं. वारं वाट अडवून उभं राहिलं. वर हात करून पाखाडातली कुऱ्हाड काढायला जमेना झाली. नीट दिसेनाही झालं. बाहेरची माती डोळ्यांत शिरू लागली. अंग भेलकांडू लागलं. एका हातानं कुडाचा आधार घेऊन तात्यानं ती कुऱ्हाड कशी तरी काढून घेतली आणि उडणारी माती डोळ्यांत जाऊ नये म्हणून डोळे झाकून तो बसून राहिला. वेताळागत सुटलेलं वारं कानात घुमू लागलं. डोळे उघडायचीही सोय राहिली नाही.

चक्री वारं अंगाभोवती घुमत घुमत निघून गेलं आणि ढगांची झुंबरं हलू लागली. पांढरे ढग काळे होऊ लागले. लहान लहान ढगांचे तुकडे एकमेकांत मिसळून आकाश भरून आलं. ऊन दिसेनासं होऊन होरपळणारी रानं सावलीखाली

झाकून गेली आणि एकाएकी गडगडाट सुरू झाला.

खाली मान घालून बसलेला तात्या गुडघ्यांवर हाताचा रेटा देऊन उभा राहिला. पडदा आलेल्या डोळ्यांनी वर आकाशाकडे बघू लागला. धुकं पडावं तसं सारं अंधारून आलं होतं. ढग गर्जना करीत होते. मावळतीकडून लाल धुळीचे लोट चाल करून येत होते. गावच्या गाव आगीत भस्मसात झाल्यागत लाल धूळ गगनाला जाऊन भिडली होती. सैरावैरा धावणारं हे वाऱ्याचं घोडदळ वेगानं जवळ येत होतं. बघता बघता वीज चमकू लागली आणि पाण्यानं भरलेले काळे ढग जवळ येऊ लागले.

तात्यानं पाठ फिरवली. रानात कामं चालली होती तिकडे हात वर करून हाळी दिली. गार वाऱ्याच्या झुळका अंगावर येऊ लागल्या तशी तात्यानं खोपीत येऊन मघाशी काढून ठेवलेली पैरण अंगात घातली, घोंगड्यावर पडलेला रुमाल डोक्याला बांधला, कान गच्च झाकून घेतले आणि पैरणीच्या गुंड्या लावून तात्या पोराची आणि गडीमाणसांची वाट बघू लागला.

जोराचा वारा सुटून गार झुळका अंगाला झोंबू लागल्या. पालापाचोळा उडू लागला. हां हां म्हणता वादळी वारं वाजत आलं आणि समोर धाबेवर उभं असलेलं चिंचेचं जुनं झाड एकसारखं करकरू लागलं. झाडावर असलेला वाघाट्याचा वेल वाऱ्यानं झेप घेऊ लागला. पिकलेली वाघाट्याची फळं देठ तुटून खाली पडू लागली. समोर दिसणारं गाव धुळीनं वेडगटून गेलं. तात्या गावाकडे टक लावून बघत राहिला; पण वादळात सापडलेली घरं दिसेनाशी झाली. वाऱ्यानं गावंदरीची झाडं झोकांड्या खाऊ लागली. घिरट्या घालणारे पक्षी हेलकावे खाऊ लागले आणि पावसाचे टपोरे थेंब अंतरा-अंतरावर पडू लागले.

तात्याला एकाएकी हल्लक वाटू लागलं. पाऊस पडून जमिनीला वाफसा यावा तशी मनाची स्थिती झाली. न पेरलेलंही उगवून यावं तसे नको ते विचार मनात येऊ लागले. कानांत चिंचेचं झाड करकरू लागलं. खोपीत एकटाच बसलेला तात्या हवालदिल होऊन सोबतीची वाट पाहू लागला.

रानातली गडीमाणसं धावत खोपीत आली. पोराला बघून तात्याला जरा आधार वाटला. तोंडावर पडलेले पावसाचे शिंतोडे पुसत शिवराम खोपीच्या तोंडाला उभा होता. तात्या त्याच्या तोंडाकडे टक लावून बघायला लागला. एवढ्यात वीज चमकून लखखकन प्रकाश शिवरामच्या तोंडावर पसरला.

...शिवराम, बाळा, तेवढं ऐदान तर टाक रं अंगणात. तुम्ही
कशाला निघालाय भाईर? पायाळू माणसानं इजा कडाडताना
भाईर कशाला पडावं?

तात्यानं थरथरत्या हातानं जवळ पडलेली कुऱ्हाड उचलून बाहेर अंगणात

टाकली आणि तोंडालाच उभ्या असलेल्या आपल्या पोराकडे बघून तात्या म्हणाला, "गावाकडं दैना उडाली जणू शिवराम. वाराच मुलखायेगळा सुटलाय."

शिवराम समोर वादळात सापडलेल्या गावाकडं बघत म्हणाला, "अरारारा! काय वारं म्हणायचं का काय हे!"

सगळेच थक्क होऊन समोर बघत राहिले. वादळानं हैदोस उडवला होता. गावंदरीच्या बडमी कलंडत होत्या. कलंडलेल्या बडमींतून पेंढ्या बाहेर पडत होत्या. बांधाबांधानं पळत होत्या. पालापाचोळा घारीगत वर जात होता. डेरेदार झाडं वाऱ्यानं ओणवी होऊन भुईला नाक घासत होती.

"झालं की वय आता. नाक भुईला घासाय लागलं. कवाबी पुटुकन जायचं आता!"

"तुला काय होती मरायला धाड!"

"असं हसण्यावारी न्हेऊ नका... लांब काशी-
रामेश्वर न्हाऊ द्या, पर शिंगणापूरचा म्हादेव आणि
गोकर्ण तर तेवढं करू. जीवमान हाय तवर तेवढं
सोमवार उजवून टाकू... आता का फुडं ढकलायचं?"

विजा जास्तच लखलखू लागल्या तसे तोंडाला उभे राहिलेले गडी मागं सरून खाली बसले. बसल्या जागेसनं जीव मुठीत धरून बाहेर बघू लागले. एवढ्यात डोळे दिपवून टाकणारा लख्खकन् प्रकाश पडला. जमीन हादरून गेली आणि कडाडाऽऽऽ असा विलक्षण विजेचा कडकडाट साऱ्या आसमंतात दुमदुमून गेला. कान बधीर होऊन गेले. साऱ्या अंगालाच हिसका बसल्यासारखा झाला.

"कुठंतरी ईज पडली गड्या." असं म्हणून घाबऱ्या घाबऱ्या डाव्या हाताच्या बोटांनी उजव्या हाताची करंगळी चाचपून बघितली. बोटात अंगठी नाही हे बघून त्याला हबकाच बसला. बसल्याजागी तो भुई चाचपू लागला.

जवळ बसलेला शिवराम म्हणाला, "काय बघाय लागलाय?"

करंगळी चाचपून तात्या बोलला, "बोटांतली अंगठी पडली जणू रे."

अंगठी नाहीशी झाली हे कळताच सगळेच गडी कावरेबावरे झाले. घाबरे होऊन बघू लागले. बसलेली जागा हातानं चाचपून एकानं विचारलं, "किती तोळ्याची होती?"

शिवराम हसून म्हणाला, "किती तोळ्याची कुठली, तांब्याची होती!"

सगळेच हसायला लागले तसा तात्याही कसनुसा हसून म्हणाला, "पायाळू म्हणूनशान म्हातारीनं मुद्दाम घालाय लावली होती हातात. आता ईज कडाडताना तिची आठवण झाली. कुठं सकाळी इसारली का आणि कुठं पडली काय कळंना."

दुसऱ्या एकानं विचारलं, "पायाळू माणसाला इजंचं भ्या असतंय व्हय?"

तात्या काही बोलायला तोंड उघडणार एवढ्यात समोरच वीज नागागत सळसळली – काळ्या पाटीवर पेन्सिलीनं रेघ ओढावी तशी. वीज समोर लखलखून गेली आणि वारा पुन्हा एकदा जोरानं वाहू लागला. पाऊस वाजत आला आणि मातीचा खरपूस वास दरवळून गेला. चिंचेचं झाड अंगात नालसाब आल्यागत करू लागलं. खोपीत शिरलेल्या वाऱ्यानं छप्पर उचललं जाऊ लागलं. ढग मोठ्यानं गडगडू लागले. कुडासकट खोप उडून जायची भीती वाटू लागली. अंगानं मुटकुळं करून बसलेला तात्या पोराला म्हणाला, ''म्हातारी एकटीच घरात काय करत असंल कुणाचा दक्कल!''

जोरानं सुटलेल्या वाऱ्यानं चिंच होलपटली जाऊ लागली. झाडावरचा वाघाट्याचा वेल झेप घेऊन बाहेर आला. वाऱ्यानं उचकटून निघालेला हा वेल टोपीतनं जर निघावी तसा दिसू लागला. चेंडू फेकल्यागत वाघाटे अंगावर येऊन पडू लागले. चिंचेनं तर खाली अंथरूण पसरलं. पाऊस आडवातिडवा झोडू लागला. पायाखाली पाणी येऊ लागलं. पावसाबरोबर गाराही पडू लागल्या. अंगणात वाळवण पसरावं तसा गारांचा सडा दिसू लागला. शिवराम आणि गडीमाणसं गारा वेचू लागली.

वाऱ्याचा जोर कमी होऊन पाऊस झोडपू लागला. वारं शिरून अंतराळी झालेली खोप हलायची थांबली. कुडातनं आडवा घुसणारा पाऊस नीट धार धरून पडू लागला. समोर साचलेल्या पाण्यात थेंब नाचू लागले. हातातल्या गारा विरघळून गेल्या. जो तो थंडीनं काकडून गेला. दोन्ही पाय पोटात घेऊन आणि हनुवटी गुडघ्यावर टेकवून आखडून बसलेला शिवराम चंची काढून बोलू लागला, ''कडवाळातली कणसं किती खुडली रं म्हारुत्या?''

कोपऱ्यातल्या हाऱ्याकडे बोट दाखवून म्हारुत्या म्हणाला, ''जरा कमी निम्मा हारा भरलाय की.''

''बास, येवढीच?''

''तिसऱ्यापारी तर कडवाळात शिरलो होतो. तवर ह्या पावसानं घोटाळा केला नव्हं?''

''लेका, पाऊस पडला हे काय वंगाळ झालं व्हय?''

दुसरा एकजण लांबनं म्हणाला, ''छे छे! वळीव पायजेच होता ह्या टिपनाला.''

सुपारी बारीक कातरीत शिवरामनं विचारलं, ''आता नांगरटीचं काम सोळा आणं जमलं का न्हाई?''

वीज कडाडायची थांबली. वाराही घोंघावायचा थांबला. शिवराम निरनिराळ्या कामांची चौकशी करू लागला. बोलणं सुरू झालं आणि लांब बसलेला येदुनाना जवळ येत म्हणाला, ''तात्या, तुम्ही कायच बोलंना झालाय? जिवाला बरं हाय न्हवं?''

मघापासून खिन्न मनानं एकटाच विचार करीत बसलेला तात्या एकवार खाकरून म्हणाला, "सखू माळी...."

"त्याचं काय झालं?"

"त्याचा सासरा गेला की. अकस्मात गेला म्हणं."

"त्यो कसा गेला? त्याला काय झालं?"

सगळेच कान देऊन ऐकू लागले. घोंगडं अंगावर घेऊन नीट सावरून बसत तात्यानं ऐकलेली हकीगत सांगून टाकली. सगळेच अबोल झाले. आपापल्या मनाशी विचार करीत बसले आणि येदुनाना खाकरून म्हणाला, "परवा आपल्या कुंभाराची म्हातारी अशीच गेली न्हाई? चालता-बोलताच गेली की हो!"

तात्या चवड्यावर बसून म्हणाला, "कोण, रामू कुंभाराची म्हातारी व्हय?"

"तर हो! अजून ऊस फोडून खात होती, आणि तिला कसं मराण आलं बघा की. चांगली हिंडती-फिरती बाई!"

जुन्या काळातली आठवण येऊन तात्या म्हणाला, "अगा, आमचा पैला मुलगा जलामला तवा तिचं लगीन झालं बघ. काय तरी आम्हापरास धा-पंधरा वरसांची धाकटी असंल बघ ती. तिचं पैलं बाळंतपण म्हातारीनंच केलंय की आमच्या."

पाऊस थांबून ढग विरळ होऊ लागले. हवा स्वच्छ पडली. जिकडे-तिकडे गारेगार होऊन गेलं. रानातल्या भेगोळ्या मुजून पाणी वर खेळू लागलं. वाऱ्यानं वेडगटलेलं गाव आता डोळ्यांना दिसू लागलं.

बोलणं मध्येच सोडून तात्या बेतानं उठून उभा राहिला. त्यानं घोंगड्याची खोळ डोक्यावर घेतली आणि कानाला लागणारी काठी हातात घेऊन तो न बोलताच उठून चालू लागला. तात्या हातात काठी घेऊन बाहेर पडला तसा शिवराम म्हणाला, "कुठं निघाला?"

"जातो की घराकडं."

"काय खूळ लागलंय का? पांदीला पाणी किती आलं असंल आणि कसं जाणार?"

"पांदीला पाणी असलं तर उपाध्याच्या रानातनं आडवा जाईन तसा."

"आणि चिखलातनं पाय निघंल का वर?"

"निगतोय आपुनच," असं म्हणून तात्या कुणाचंच न ऐकता पुढं जाऊ लागला. वाटेत पडलेली कुऱ्हाड बघून तो उभा राहिला आणि शिवरामला म्हणाला, "शिवराम, गड्या, आपल्या परड्यातलं लिंबाचं झाड तेवडं तोडायचं बघ."

"ते कशाला? हाय ती सावलीबी न्हाईशी करायची व्हय? उनात जनावर-बिनावर बांधायला येतं?"

"तसं न्हवं. लिंब इजंला धार्जिना असतो. ही मुद्दाम कलागत ठेवायची कशाला? ते उद्या तोडायचं बघ. आज सांच्यालाच जुळणी करून ठेव."

असं म्हणून तात्या डगर उतरून खाली जाऊ लागला. पावसाचं पाणी अजून डगरीवरनं खाली पळत होतं. तात्या बेतानं डगर उतरू लागला. काठीनं आधी अंदाज घेऊन मग पाऊल उचलू लागला.

एवढ्यात त्याचा एक पुतण्या धापा टाकत गावाकडनं पळत येताना दिसला. पांदीनं येताना त्याचे पाय गुडघ्यापर्यंत चिखलानं भरले होते. राड लागून धोतर घाण होऊ नये म्हणून त्यानं ते मांडीपर्यंत वर खोवून घेतलं होतं. त्याला जवळ येताना बघून तात्या डगरीवरच उभा राहिला. हातापायांतनं वारं गेलेल्या त्याच्या पायाला खालच्या पाण्याची ओढ लागू लागली. पायाखालनं पळणारं पाणी तात्याला हलवू लागलं. धापा टाकत आलेला पुतण्या जवळ आला. आणि तात्यानं एक आवंढा गिळून कसंबसं विचारलं, "का रं, पळत का आलास?"

"पळू नको तर काय करू?"

तात्या त्या डगरीवरच मटकन् खाली बसत म्हणाला, "काय झालं रं?"

"हुतंय काय? काकी दम खाऊ दिना झाल्यागत न्हवं? जा, बघून ये जा, मला सांगाय लौकर ये, म्हणूनशान नुसता घायटा उडीवलाय मघाधरनं. पावसातच पिटाळाय लागल्यात. आता मग काय करायचं सांगा." असं म्हणून त्यानं हाताची मूठ पुढं केली आणि तो बजावून म्हणाला, "बरं, मी जातो गडबडीनं माघारी सांगायला. पर ही अंगठी धरा बघू. अगदी आठवणीनं घालायला सांगितलंय."

हातावर ठेवलेल्या त्या तांब्याच्या अंगठीकडे तात्या म्हऊ घातल्यागत बघतच बसला.

■

शाळा

दहा वाजले तसं एकेक पोर जमू लागलं. अजून शाळा उघडली नव्हती म्हणून व्हरांड्यातच पाटी-दप्तर टाकून पोरं हुदुल्या घालत होती. शाळेमागच्या मोकळ्या मैदानावर आट्यापाट्या, हुतूतू, लंगडी हे खेळ चालले होते. जोडीला आरडाओरडा होता, भांडणं होतीच. कोणी पाय घसरून पडत होतं – दुसऱ्याला टांग मारून पाडत होतं. 'आंगारकं फाडलं, सांगतो मी मास्तरला!' – असं म्हणून कोणी भोकाड पसरलं होतं, तर कोण 'तुझ्याऽऽ आयला' म्हणून एकसारखं आईचा उद्धार करीत होतं.

एवढ्यात घंटा झाली. तसा पोरांनी कालवा केला. त्यांचे खेळ थांबले. कोण घाम पुसत, कोण शेंबूड आत ओढत, कोण जिभेचा शेंडा नाकाला लावत – सगळे शाळेसमोरच्या पटांगणावर प्रार्थनेसाठी गोळा होऊ लागले. पण पोरींचा जिबल्याचा खेळ अजून चाललाच होता.

तोच हेडमास्तर तिथं येऊन म्हणाले, "एऽ आंबाबायांनो, घंटा ऐकायला येत नाही काय?"

तशा पोरी डाव टाकून एकीपेक्षा एक धावू लागल्या. त्यांना बघून पोरं कुजबुजली, खॅ खॅ करून हसली. मग हेडमास्तर पुन्हा सगळ्या शाळेतनं एक चक्कर टाकून दोन पोरांना कानाला धरून घेऊन आले. त्यांना बघून एक हास्याची लाट या कडेसनं त्या कडेपर्यंत वाहत गेली. एक मास्तर पुढं येऊन सुतकी चेहऱ्यानं पण गंभीर आवाजात म्हणाले, "प्रार्थना सुरूऽऽ!"

प्रार्थना सुरू झाली. पुढची पोरं तेवढी इमानानं म्हणत होती. त्यांच्या मागची नुसती तोंडं हलवत होती, आणि सर्वांत शेवटची तोंडं चुकवून नुसत्या टिवल्याबावल्या करीत होती. एकजण म्हणत होता, "हेडमास्तराची ती टोपी बग कशी दिसतीया!"

आणि मग हसू बाहेर पडू नये म्हणून बाकीची पोरं तोंडाला घट्ट मिठी मारून उभी होती. त्यातनंही हसू आवरेनासं झालं म्हणजे सदऱ्याच्या पुढच्या टोकाचा बोळा करून तो तोंडात कोंबत होती. आणि मध्ये मध्ये हेडमास्तर दात-ओठ खाऊन खेकसत होते, "एऽऽ – ए लेका! कुणीकडं बगाय लागलायस? तिकडं काय मुरळी नाचतीया काय? समोर बगून प्रारथना म्हण...."

प्रार्थना कशीबशी एकदा संपली आणि पोरं आपापल्या वर्गात कोंडली गेली. दुसऱ्या इयत्तेची पोरंही वर्गात आली. मास्तरही आत शिरले. हातात एक छडी घेऊन मास्तर मुलांच्या रांगेतून फिरू लागले. इकडून तिकडे आणि तिकडून इकडे. कोण कोण आलंय, कोण कोण नाही याचा सुगावा काढण्यासाठी ते मध्येच थांबले आणि सगळ्या वर्गावरून त्यांनी आपली नजर फिरवली. तसे त्यांना जमिनीवर ठिकठिकाणी भुईमुगाच्या शेंगांचे फोल दिसले. चवळीच्या, मुगाच्या शेंगाचे हिरवे-पिवळे फोलही सगळीकडे पडले होते. केर तर पायात मावत नव्हता. मग मास्तरांनी आवाज काढला, "लोटलं न्हाई व्हय रं आज? कुणाची पाळी होती?"

मास्तरांचा आवाज कुणाच्या कानांपर्यंत गेलाच नाही. साऱ्या शाळेला आता कंठ फुटला होता. पलीकडच्या वर्गातून 'बेडूक करतो डराव डराव' ही कविता गावाबाहेरच्या ओढ्यातल्या बेडकालासुद्धा ऐकायला जात होती आणि ह्या दुसरीच्या वर्गात तर चांऽऽगली सातावर चार चौऱ्याहत्तर पोरं होती. त्या साऱ्यांची तोंडं सुरू होती. कळी सुरू होत्या. कोण आपल्या नाकातला शेंबूड दुसऱ्याच्या अंगाला पुसत होता, कोण इकडे बगायचं सोंग करून तिकडे चिमुटा काढत होता. कुणाच्या कापराच्या डब्यातल्या पेन्सिली जात होत्या. आणि वर्गात आल्याबरोबर भुईला खडूनं आखून काचा-कवड्यांनी खेळणाऱ्या पोरींचं 'अगंतुगं' तर जोरजोरानं सुरू होतं. म्हणून मास्तर काय बोलले हे कुणाला कळलंच नाही. मास्तर पुन:पुन्हा विचारत होते; आणि ते काय म्हणतात हे ऐकायला येईना म्हणून एक-दोन शहाणी पोरं म्हणत होती, "थांबा की लेकांनो, मास्तर काय म्हंत्यात ऐका की."

मग मास्तर खुर्ची-टेबलाकडे गेले. हातातली छडी जोरजोरानं टेबलावर आपटत ते खच्चून ओरडले, "बोलूऽऽ नकाऽऽ! आवाज बंऽऽद कराऽऽ!"

रेडिओचा व्हॉल्यूम कमी करावा तसा आवाज खाली आला. मग मास्तरांनी मोठ्ठ्या आवाजानं विचारलं, "आज लोटण्याची पाळी कुणाची हाऽऽय?"

तसं एका कोपऱ्यातून एक पोरगं म्हणालं, "मास्तर, आज बामणाच्या नाऱ्याची पाळी हाय."

मास्तर पुन्हा ओरडले, "कुठं हाय तो नाऱ्या?"

त्याबरोबर वीस-पंचवीस पोरं एका सुरात एकदम ओरडली, "आला न्हाई त्योऽऽ आज."

मग मास्तर जरा बुचकळ्यात पडले. तसं एक दांडगं पोरगं उठून उभं राहिलं. 'सूं' करून खाली गळणारा शेंबूड त्यानं आत ओढला आणि मग तो मास्तरांना म्हणाला, "मास्तर, आवो मास्तर, आमी त्याला घेऊन येऊ जाऊ काय? व्हय मास्तर, आमी आणू जाऊ त्याला?"

"जावा. घेऊन या जावा." अशी मंजुरी मिळताच "चल रं" असं म्हणून ते दांडग्या अंगाचं पोरगं चार-पाच पोरं घेऊन बाहेर गेलं.

तसं आणि एक पोरगं उठून उभं राहून म्हणालं, "मास्तर, खाटक्याचा अप्पा घरात बसलाय खरं. साळंला आला न्हाई बगा."

त्याला साथ देत दुसरा म्हणाला, "व्हय, व्हय मास्तर, आमी आणू जाऊ वडून त्याला."

"जावा –" असं म्हणताच आणि एक टोळकं बाहेर पडलं. हळूहळू वर्ग निम्मा रोडावला. गलबला जरा कमी झाला. मग मास्तर म्हणाले, "बरं, मग आज कोण लोटतंय?"

कोणच बोलंना, तेव्हा मास्तरच तारसुरात पुन्हा म्हणाले, "अरं, उद्याला पाळी कुणाची हाऽऽय?"

एका पोरानं नाव सांगितलं, "मास्तर, पाटलाच्या बाब्याची हाय."

तसा बाब्या बिगाडला. मटा खवळून उठला आणि तरबत्तरहून म्हणाला, "एऽऽए लेका, लबाड बोलू नगंऽऽ! म्या लेका कालपरवाच लोटलंया की."

तवर एकानं तक्रार मांडली, "मास्तर, मला शिव्या देतोया बगा ह्यो बाब्या."

बाब्या खवळून म्हणाला, "एऽऽ लेका पडकीच्या! कवा रं?"

हे ऐकून मास्तरांनी पुन्हा छडी टेबलावर आपटली आणि डोळे वटारून ते म्हणाले, "तुम्ही दोघंबी हिकडं या चला."

दोघंही टेबलाजवळ आले. मास्तर छडी उगारून म्हणाले, "हात फुडं करा."

'छप-छप' अशी छडी वाजली. 'सूऽ' करीत पोरांनी हाताचे तळवे काखेत धरले. बाब्यानं मनात मास्तरला शेलक्याशा शिव्या दिल्या. आणि मग मास्तर गुरगुरले, "लई दंगा करताय रं? चला, आज दोघं मिळून तुम्ही लोटून काढा. तू निम्मं लोट आणि तू निम्मं लोट."

असं म्हणून मास्तर दुसऱ्या पोरांना म्हणाले, "चला रं. पाटी-दप्तर घेऊन व्हरांड्यात चला."

तशी बसायच्या पोत्यांसह पोरं व्हरांड्यात आली. मग कोण खेळायला गेला, कोण पाणी प्यायला गेला, कोण करंगळी दाखवून गेला तो तिकडेच, आणि पोरींनी जिबल्याचा डाव सुरू केला...

थोड्या वेळानं पुन्हा दार उघडलं गेलं. मास्तरांनी अर्धी विडी विझवून पुन्हा खिशात कोंबली आणि "चला रं वर्गात चला," असं म्हणून ते वर्गात आले. काही पोरं आत आली, काही तशीच बाहेर राहिली. दंगा जरा मघापेक्षा कमी होता. पलीकडच्या वर्गातलं बेडकाचं डरावनंही आता थांबलं होतं. मग मास्तरांना शिकवायची लहर आली. टेबलावर छडी आपटून ते म्हणाले, "नीऽऽट बसा आणि पुस्तकंऽऽ वर काडाऽऽ."

हेच वाक्य ते कमीतकमी पाच वेळा तरी म्हणाले. निम्म्या-अर्धा पोरांनी पुस्तकं हातात घेतली. मग मास्तर म्हणाले, "काल आपन एक धडा शिकलो... एऽऽलेका धोंड्या, कुणीकडं बगतोस? आणि पुस्तक कुठं हाय लेका?"

धोंड्या म्हणाला, "मास्तर, काल ह्या पिंगळ्यानं माझं पुस्तक फाडलं बगा."

पिंगळ्या म्हणाला, "न्हाई हो मास्तर, माझ्या पाटीवर ह्यानं रेगुट्या मारल्या म्हंताना त्याच्या पुस्तकाव म्याबी पेन्सिलीनं रेगुट्या वडल्या... फाडलं कुठं रं?"

मास्तर म्हणाले, "शानं हैसा! बरं, मग कालचा धडा कोन वाचतंय?"

दहा-बारा पोरं एकदम ओरडली, "मी वाचतो मास्तर, मी वाचतो."

मग मास्तरांनी एकवार सगळ्या वर्गावरून नजर फिरवली आणि एका 'ढ' पोराला हेरून ते म्हणाले, "ऊठ रं कोंड्याऽऽ, तू वाच बगूऽऽ."

कोंड्या उठून उभा राहिला. खाली गळणारी चड्डी त्यानं वर कमरेवर ओढली आणि जिभेचा शेंडा नाकाला लावीत कोंड्या पुस्तकातला धडा काढू लागला.

तसे मास्तर ओरडले, "अरं, सापडतोय का न्हाई धडा?"

कोंड्या जागचा एकदम हलला. त्यानं एक डोळा मास्तरांच्या छडीकडे आणि दुसरा पुस्तकाकडे लावला. त्याला पान सापडेना. त्याचा फायदा मास्तरांनी तत्काळ घेतला. छपकन एक छडी त्याच्या पायावर मारली, तसं त्याचं पुस्तक खाली पडलं. ते उचलून घ्यायला कोंड्या खाली वाकला, तेव्हा मास्तरांनी त्याच्या पाठीत एक बुक्की घातली आणि ते म्हणाले, "बस, खाली बस! दुसरं कोण वाचतंया? तू वाच रं, तू वाच..."

असं म्हणून आणखी एक गबाळं पोरगं त्यांनी उठवलं. ते पानं चाळाय लागलं तोच एक धाकटं पोरगं मोठ्यानं म्हणालं,

"मास्तऽऽर, ह्यो गण्या बगा माझ्या चड्डीत हात घालतोयाऽऽ!"

त्याबरोबर सगळी पोरं एकदम हसली. गणू मात्र खाली मान घालून गप्प बसला – 'आलीया भोगासी असावे सादर' या थाटात. मास्तर तरातरा त्याच्याजवळ गेले आणि त्यांनी बक्कन एक रपाटा त्याच्या पाठीत घातला. फडाफडा थपराकी मारल्या आणि तो "आई ग" म्हणून ओरडेस्तवर त्यांनी त्याचा कान पिरगाळला आणि त्याला उठवून ते म्हणाले, "शाळा सुटेपर्यंत अंगठे धरून उभा रहा."

गण्यानं गुमान खाली वाकून अंगठे धरले. मग मास्तर एका पोराला म्हणाले, "जा रे, दोन खडे घेऊन ये."

त्या पोरानं सुपारीएवढे दोन खडे आणले ते गणूच्या मानेवर ठेवून मास्तर म्हणाले, "एक खडा पडला की पाच छड्या बग."

आता पोरं भ्याली होती. आवाज बंद होता. मास्तर पुन्हा म्हणाले, "हं, वाच."

पोरानं पुस्तक वाचायला तोंडाजवळ धरलं. एवढ्यात एक पोरगं आत्ता शाळेला आलं. त्यानं वर्गात पाय ठेवल्याबरोबर सगळी पोरं त्याच्याकडं बघू लागली. त्याच्या एका हातात पाटी-दप्तर होतं आणि दुसऱ्या हातात फुंकणी होती. त्याला बघून मास्तर म्हणाले, "आत्ता शाळंला आलास काय? कुठं गेलतास इतका वेळ?"

"म्हशीला घेऊन गेलतो."

"आणि ही फुकणी कशाला आणलीयास?"

"आईनं लौकर वाडलं न्हाई म्हंताना तिची फुकणी घेऊन आलोया."

याबरोबर सगळा वर्ग हसू लागला. मास्तरांनी लगेच टेबलावर छडी आपटली. सगळीकडे अळ्ळीमिळ्ळी गुपचिळ्ळी झाली. पोरानं वाचायला आरंभ केला, "पाऽन सदतीस –"

मास्तर किंचाळले, "लेकाऽऽ, सदतीस काय? काय हाय बग नीऽऽट! अरं, कशावर सात हैत."

पोरानं थरथर कापत नीट आकडा बघितला आणि ते म्हणालं, "मास्तर पाचावर सात हैत."

"मग लेका, पाचावर सात कितीऽऽ?" असं म्हणून मास्तरांनी जोरानं टेबलावर छडी आपटली. तसं पोरगं दांडपट्ट्यागत तीन जागी हललं. त्याच्या तोंडातनं शब्द फुटंना. मास्तर आणि ओरडले, "पाचावर एकपसनं म्हन बगू."

पोरानं म्हणायला सुरुवात केली – "पाचावर एक एक्कावन, पाचावर दोन बावन..." असं म्हणत तो 'पाचावर सात सत्तावन'पर्यंत आला, तसे मास्तर एक थप्पड मारून म्हणाले, "मग पाचावर सात कितीऽऽ?"

'सत्तावनच की, आणि काय?' असा पोराला पेच पडला. तोंडातल्या तोंडात पुटपुटण्याचं सोंग करून तो गप्प राहिला. मग आणि एक थप्पड लगावून मास्तर म्हणाले, "पाचावर सात सत्तावन म्हन."

"सत्तावन-सत्तावन, मास्तर –" असं पोरगं म्हणताच मास्तर खालच्या आवाजात म्हणाले, "हं, मग वाच धडा फुडं."

पोरगं वाचू लागलं, "पान सत्तावन.....धडा एकावर आट आऽऽटरा. आऽऽमऽऽचऽऽची...साऽऽला...आमची साळाऽऽ –"

तोच मास्तरसकट साऱ्या वर्गाचं लक्ष दरवाजाकडं गेलं. मघाशी लोटताना एक पोरगं जे बाहेर गेलं होतं ते व्हरांड्यात ठेवलेलं दप्तर घेऊन आत्ता आत आलं. मास्तर म्हणाले, "कुठे गेलतास रे?"

"मास्तर – मारू नगा मास्तर! लगमीला गेलतो!"

एक छडी मारून मास्तर म्हणाले, "बस. शाना हैस!"

तोच एक पोरगं उठून उभं राहिलं आणि मास्तरांना करंगळी दाखवून म्हणालं, "मास्तर, लगमीला जाऊ?"

मास्तर म्हणाले, "जा."

तशी आणि पोरं उठली. त्यांनीही करंगळी दाखवून विचारलं, "मास्तर, जाऊ?"

मास्तर कावले. त्यांनी एकेक डोळा असला केला! मग त्यांतलं एक पोरगं म्हणालं, "मास्तर, लई लागलीया."

मास्तर म्हणाले, "जावा."

पोरगं पुन्हा वाचू लागलं, "पान सत्तावन. धडाऽऽ आटरा. आमचीऽऽ साळाऽऽ–"

एवढ्यात बामनाच्या नाऱ्याला बोलवायला गेलेली पोरं परत आली. त्यांचा लोंढा एकदम पाण्यानं मुसुंडी मारावी तसा आत आला. त्यांतलं दांडगं पोरगं म्हणालं, "मास्तर-मास्तर, नाऱ्या म्हंतूया 'मी न्हाई जा!' आणि मास्तर, आमास्नी काय पायजे ते आईवरनं शिया दिल्या बगा त्यानं."

मास्तर म्हणाले, "बरं, बसा."

पोरानं पुन्हा पहिल्यापासून वाचायला आरंभ केला. तसं एक पोरगं म्हणालं, "मास्तर, आता मी वाचू?"

"हं, वाच."

तोच एक पोरगं म्हणालं, "मास्तर-मास्तर, भाईर पोरी आजून जिबल्यानं खेळत्यात बगा."

मास्तर व्हरांड्यात गेले. धडा तसाच राहिला. मघाशी विझवून ठेवलेली बिडी त्यांनी पेटविली आणि पोरींच्याकडे बघून ते ओरडले, "एऽऽ मर्गायांनो! आता फुरं करा की डाऽऽव! चला, वर्गात या. का येऊ छडी घेऊन?"

पोरी डाव टाकून वर्गात आल्या. मास्तरही आत आले आणि म्हणाले, "पुस्तकंऽऽ खालीऽऽ ठेवाऽऽ आणि पाट्या हातात घ्याऽऽ." हेच वाक्य त्यांनी दहादा म्हटलं, तेव्हा निम्म्याशिम्म्या पोरांनी हातात पाट्या घेतल्या. मास्तर पुन्हा म्हणाले, "पाट्या घ्याऽऽ आणि आका धा ओळीऽऽ."

एक पोरगं म्हणालं, "मास्तर, ह्यो शिंग्या पाटीवर थुकतोया बगा."

"पाटीवर थुकी लावतोस व्हय रं? मग त्यापेक्षा मूत की त्याच्यावर जरा!" असं म्हणून मास्तरांनी आपला हात थंड करून घेतला.

एक पोरगी म्हणाली, "मास्तर, आकायला पट्टी न्हाई."

दुसरा एकजण म्हणाला, "मास्तर, पेन्सूल न्हाई."

मास्तर भडकले. म्हणाले, "मग काय न्हाव्याची धोपटी घेऊन आलायसा काय? आता बोलूऽऽनकाऽऽ."

तवर एक पोरगं म्हणालं, "मास्तर, आकलं."

आणि दहा-एक पोरं एकदम म्हणाली, "मास्तर, आमीबी आकलं."

मास्तर म्हणाले, "पुस्तकात बघून धा ओळी शुद्धलेखन काढा."

असं म्हणून मास्तर खुर्चीवर जाऊन बसले. त्यांनी आपले पाय टेबलावर पसरले आणि खुर्चीच्या पाठीला चांगलं रेलून बसून त्यांनी आपले डोळे झाकले.

मास्तरांनी डोळे झाकताच पोरांनी पाट्या बाजूला ठेवल्या. पोरींनी भुईवर काचाकवड्यांचा डाव मांडला. निम्मी पोरं बाहेर सटकली. निम्मी आत राहिली. आंगठे धरून उभं केलेलं पोरगंही हळूच खाली बसलं. त्याला बसताना बघून एकजण ओरडला, "मास्तर, गण्या खाली बसला बगा."

मास्तर दचकले. जागं होऊन त्यांनी विचारलं, "काय रं?"

"ह्यो गण्या खाली बसलाता बगा मास्तर."

मास्तरांची झोपमोड झाली होती. ते चिडून म्हणाले, "तो बसला होता हे बघायला तू कशाला गेला होतास? आता तू उठून उबा ऱ्हा. धर आंगठे."

त्या पोरानंही आंगठे धरले. मग मास्तर खुर्चीवरून उठले. हातात छडी घेऊन ते इकडे-तिकडे फिरू लागले. मध्येच त्यांना गणेशचतुर्थीच्या वर्गणीची आठवण झाली. ते म्हणाले, "अरे पोरांनो, गणेशचतुर्थीची पट्टी आणलीया का कुणी?"

कोणच बोलेना. मग मास्तरांनी पुन्हा विचारलं, तेव्हा एका पोरानं निष्पापपणे सांगितलं, "मास्तर, आमची आई म्हंतीऽऽ मास्तरास्नी पगार असतोया, त्या पगारातनंच गणपती आनायला सांगा."

त्याचं बघून आणखी एका पोरानं सांगितलं, "मास्तर, आमचा बा म्हंतोयाऽ, आमच्या घरात गणपती बशीवत्याऽत, त्योच बगाय मास्तरास्नी घेऊन ये."

मग मास्तर ओरडून म्हणाले, "गनेशउच्चव साजरा करायचा हाय. पट्टी आणली पायजेऽऽ! अरं, एक आना पट्टी काय जास्त हाय काय? तवा सगळ्यानीऽऽ पट्टीऽऽ आनायचीऽऽऽ!"

तक्रारी बंद झाल्या तसे मास्तर म्हणाले, "काडा, शुद्धलेखन काडाऽऽ." आणि पुन्हा त्यांनी खुर्चीवर बसून टेबलावर पाय पसरले. त्यांच्या डोळ्यांवर हळूहळू झापड आली.

मास्तर जागे झाले तेव्हा दोन-चार पोरं त्यांना म्हणत होती, "अहो मास्तर-मास्तर, कोन आलं बगा! आलं, आलंच!"

मास्तरांनी डोळे उघडले. पाहतात तो काय? त्यांचे ए. ओ.च त्यांच्यासमोर दत्त म्हणून उभे होते.

मास्तर चमकले. गडबडीनं उठून त्यांनी हात जोडले. ए. ओ. गुरगुरले, "वर्गात झोपा काढता वाटतं?"

मास्तरांनी मान खाली घातली. तवर ए. ओ.नी टेबलावरची छडी हातात घेतली. ते संतापानं लालबुंद होऊन म्हणाले, "मास्तर, तुम्हाला कायदा माहीत आहे ना?"

त्यातनंही मास्तर भीत म्हणाले, "साहेब, मी मारत नाही छडीनं. नुसती टेबलावर आपटतो."

"पुढं बोलू नका," असं म्हणून ए. ओ. मुलांकडे वळले आणि त्यांनी विचारलं, "काय रे बाळांनो, तुमचे गुरुजी या छडीनं मारतात काय तुम्हाला?"

ए. ओ. असं विचारीत होते आणि मास्तर त्यांच्यामागं उभं राहून 'काही सांगू नका' असं म्हणून खुणावत होते. तशी सगळी पोरं तोंडाला मिट्टी मारून गप्प बसली. ए. ओ.नं मग पुन्हा त्यांना धीर दिला. "भिऊ नका. खरं बोला. तुमचे गुरुजी या छडीनं मारतात काय कधी बाळांनो?" तशी गण्यानं जरा चुळबूळ केली. एकदा मास्तराकडे आणि एकदा ए. ओ.कडे असं आळीपाळीनं तो बघत राहिला. लगेच ए. ओ.नं त्याला विचारलं, "सांगतोस? काय सांगायचंय तुला? ऊठ."

गण्या भीत भीत उठून उभा राहिला. मास्तर त्याला एकसारखी खाली बसायची खूण करीत होते. त्यावरनं त्यानं ओळखलं की मास्तर चांगला गावलाय तडाक्यात! आणि त्यानं बिंग फोडलं. गण्या म्हणाला, "व्हय, मारत्यात. लई मारत्यात."

ए. ओ. संतप्त होऊन मास्तरांच्याकडे बघत राहिले. एवढ्यात सकाळी शेट्याच्या अप्प्याला बोलवायला गेलेली पोरं आत्ता वर्गात आली. ए. ओ.नं त्यांना विचारलं, "कुठं गेला होता तुम्ही?"

एकानं सांगितलं, "शेट्याच्या अप्प्याला बलवाया गेलतो."

"मग आला का तो?"

"न्हाई."

"का?"

"त्यो म्हंतोऽऽय, मास्तर मारत्यात आमाला. ही साळाच फुरं!"

ए. ओ.चा राग आता हे ऐकून इतका अनावर झाला की तो इंग्रजी भाषेतून उतू जाऊ लागला. तशी ए. ओ.ची चाहूल सबंध शाळेला लागली. मग हेडमास्तर सामोरे आले. त्यांच्याबरोबर ए. ओ. पलीकडच्या वर्गात गेले; तसं अप्प्याला

बोलवायला गेलेल्यांपैकी एक पोरगं उठून मास्तरांना म्हणालं, ‘‘मास्तर, शेंगा आणल्यात भाजल्याल्या.’’ असं म्हणून त्यानं चड्डीच्या खिशातून शेंगा बाहेर काढायला सुरुवात केली.

मास्तर रडकुंडीच्या घाईत येऊन म्हणाले, ‘‘एऽऽ माझ्या बाबा, तुझ्या शेंगा तुझ्या खिशात ठेव! जरा देवावानी गप बसा बगूऽऽ.’’

पोरं देवावानी गप बसली. ए. ओ. निघून जाईतोवर कुणी हालचाल केली नाही.

ए. ओ.ला पोचवून मास्तर वर्गात शिरले ते हातात एक नुकती तोडलेली हिरवीगार छप्पी घेऊनच. मास्तर आले ते नीट गण्याकडेच गेले. ‘‘कवा रं मारलं होतं तुला? मारलं म्हणून सांगतोस काय? कर हात फुडं!’’

गण्या हात पुढं करीपर्यंत त्यांना कड आवरला नाही. दात खाऊन मास्तर छप्पी मारत होते... पायांवर, अंगावर, पाठीवर...

मध्येच सगळी पोरं एकदम हसू लागली. मास्तर मारायचे थांबून म्हणाले, ‘‘का रं, का हसता?’’

मग हळूच एक पोरगं म्हणालं, ‘‘मास्तर, गण्या चड्डीत मुतला बगा.’’

यावर मास्तर खदखदून हसले. त्यांनी छप्पी फेकून दिली आणि खुर्चीवर बसून ते म्हणाले, ‘‘मघाशी कुणी शेंगा आनल्या होत्या? घेऊन ये.’’

शेंगावालं पोरगं गेलं. खिशातल्या सगळ्या शेंगा काढून त्यानं टेबलावर ठेवल्या आणि हळूच विचारलं, ‘‘मास्तर, आता आमी खेळायला जाऊ?’’

मास्तर म्हणाले, ‘‘जावा. खेळायला जावा.’’

सगळी पोरं बाहेर पडली. त्यांचा आवाज, गलबला – सगळा नाहीसा झाला आणि मास्तर शांतपणे शेंगा फोडीत राहिले.

■

शारी

आमच्या घरासमोर गुरवांचा वाडा आहे. बामणांच्या वाड्यागत भला दांडगा आहे. हत्ती जाईल अशी दगडी दर्शनी चौकट आहे. त्यातनं आत गेलं की, उजव्या अंगाला पाच-पंचवीस पोरं खेळतील अशी मोकळी जागा लागते. ती जागा बंदिस्त करण्यासाठी पांढऱ्या मातीचा चार पुरुष उंचच्या उंच तट घातलेला आहे. त्या तटाला लागूनच एका कोपऱ्यात आड खणलेला आहे. त्या आडाजवळ असलेल्या ईडलिंबूच्या गार सावलीत धुण्याचा एक दांडगा दगड दिसतो. हे धुण्याचं पाणी ज्या पाटानं जातं त्या पाटाकडेनं रायआवळं, पेरू, रामफळ अशी झाडं आहेत. गवर आली की गावातल्या पोरी झेंडूची फुलं न्यायला ह्या गुरवाच्या वाड्यात यायच्या. कुणाचा सत्यनारायण असला की कर्दळीपायी अडून बसावं लागत नव्हतं. कारण तीसुद्धा इथं हटकून गावायची.

हे सगळं असलं तरी तो वाडा शारीच्या रूपानं भकास दिसायचा. पदर आलेली आंधळी शारी त्या वाड्यातनं फिरताना दिसली म्हणजे अंगावर काटा मारायचा.

थोरवड अंगाची, उजळ कातडीची शारी दोन्ही डोळ्यांनी आंधळी होती. तिला घडवताना देव डोळे लावायलाच कसा चुकला कळत नाही.

पण शारी आंधळी असली तरी ह्या भल्या दांडग्या वाड्यातनं न अडखळता फिरायची. बाहेरचा सोपा आणि चौक सोडला तर आतल्या खोल्या सदा अंधारानं माखलेल्या असायच्या, डोळस माणसालाही हातात दिवा घेऊन जावं लागायचं, पण शारी त्या सगळ्या खोल्यातनं बिनधोक वावरायची. रोज सकाळी दिवस उगवायला ह्या सबंध वाड्याचं पारूसं केर तीच काढायची. साळुत्यावर केर घेऊन उकीरड्यापर्यंत चालत जायची. एखाद्या कोनाड्यातला अगर दिवळीतला जिन्नस घ्यायचा असला म्हणजे शारी भिंत चाचपताना दिसायची. एरवी ती कधी अडखळायची

नाही. संथ गतीनं पण पावलं न चुकता ती सारा वाडा पालथा घालायची. ती कधीच स्वस्थ बसून राहिली नाही. तिचे हातपाय सारखे काहीतरी करीत असताना दिसायचे. ती जात्यावर बसून दळायची, विळीनं भाजी चिरायची, खोबरं किसायची, आडाचं पाणी ओढून घरातल्या पाण्याचा हंडा भरायची. जेवणं झाली, भांडी घासून झाली की, शारी धुणं घेऊन ईडलिंबाच्या झाडाखाली बसलेली पुन्हा दिसायची. धुणं धुवायची, ते वाळत घालायची. वाळलेलं धुणं गोळा करायची, त्यांचे पिळे करून जास्तानाला ठेवायची. एवढं करून फुलझाडांना पाणी तीच घालायची. त्या रायआवळ्याच्या, पेरूच्या, रामफळाच्या झाडांना राख घालायची. त्याच्या आळ्यांत खुरपं खेळवत बसायची, एक चुलीपुढचं काम सोडलं तर बाकी सगळं ती करायची.

आपले आंधळे डोळे घेऊन हे सगळं ती कशी करायची याचं गावाला आश्चर्य वाटायचं. लोक तिची अप्रूवाई करायचे; पण त्या वाड्यात मात्र तिच्याशी कोणी गोड बोलत नव्हतं. तिच्या हाताला धरून हागिनदारीपर्यंत कुणी जावं म्हणून तिची वहिनी रोज सकाळी उठून धुसफुसायची. बिचारी शारी तांब्या हातात घेऊन घटका न् घटका अवघडून उभी असायची. शारीची आई होती तंवर ती सारं करायची. 'माझ्या शारीला सांभाळा. शारेऽऽ, मी गेल्यावर तुझं कसं ग होईल आता?' अशी काळजी करीतच गुरवीण निघून गेली.

त्या वेळी आम्ही लहान होतो. चार पोरं जमली की ह्या गुरवाच्या वाड्यात आम्ही खेळायला जमत असू. शारीच्या पाठीवरची चंपी तेव्हा परकर घालायची. तीही आमच्यात खेळायला मिसळायची. मगदुमाची शिरमी, कुळकर्ण्यांची शांती या पोरी तिथं गोळा व्हायच्या आणि आम्हा पोरांबरोबर जेवणापाण्यानं खेळायच्या. शारी आम्हाला खेळासाठी शेंगा फोडून दाणे करून द्यायची, गुळाचे खडे द्यायची. कधी नवऱ्यामुलाची ती आई व्हायची, कधी भटजी होऊन लग्न लावायची. शारीला अनेक गोष्टी येत असत. 'आबुलाल, आबुलाल, बाबूची टोपी लाल; शिवाजी कोतवाल, कोंबडी, गरवार; कोंबडीची अंडी, बारा पिंडी; बारा पिंडीचा वतनदार; काळी घोडी लगाम तोडी; चांभाराचा पोर, पक्का चोर!' असं म्हणून घोड्याला पाणी पाजवण्याचा खेळ तिनंच आम्हाला शिकवला. "अडम्-तडम् तडतड बाजा, हुक्का टिक्का, लेस मांस, करवंद, जाळी फुल्यो!' असं म्हणत पायांची बोटं मोजायला आम्ही शारीजवळ शिकलो. हदग्याच्या दिवसांत लहान पोरींबरोबर ती फेर धरून गाणी म्हणायची. खिरापतीच्या आशेनं आम्ही पोरं तिथं तास-तासभर ताटकळत उभी राहात असू, तरी शारीची गाणी संपायची नाहीत.

'आवोटबाई कवट ग
कवटातनं आला कागद ग

हदगा मदगा तोरणी गदगा
तोरणीच्या सोंडेवारी
खुळ खुळ वाळा गोंडेवरी

असली शेलकी गाणी तिच्या ठेवणीतनं बाहेर पडू लागली की आम्ही खिरापत विसरून ती चित्त देऊन ऐकत असू.

काम नसलं की शारी आमच्यात मिसळून असं पोरांबरोबर पोर व्हायची. कधीकधी आम्ही कोंडळे करून तिच्याभोवती बसत असू. अशा वेळी शारी आम्हाला हुमनं घालायची.

"येवढंसं कारटं, घर कसं राखतंय?"

एकदम सगळे म्हणायचे, "कुलूप!"

"लाल पालखी, हिरवा दांडा, आत बसल्या बोडक्या रांडा."

आम्ही म्हणायचो, "मिरची!"

अशी सोपी हुमनं आम्ही ओळखू लागलो की, मग तिच्या डोक्यातनं कुणाच्या बापाला सुटू नये असलं हुमन बाहेर पडायचं : "हरीण पळतंय, दूध गळतंय.' सांगा आता?"

मग आम्ही डोकं खाजवीत बसलो की ती म्हणायची, "येवढं वळकंना?"

"नाही. सांग."

आम्ही हरलो की ती म्हणायची, "जातं!"

अशी अनेक हुमनं तिनं आम्हाला शिकवली. मला शारीचा फार लळा लागला. दिवस बुडून कडुसं पडलं तरी त्या वाड्यातनं माझा पाय निघायचा नाही. मला बोलवायला सतरा मुराळी यायला लागायचे. शेवटी आई येऊन म्हणायची, "झाकणी फुटली आणि माया लुटली! चल आता."

दुपारी शारी ईडलिंबाच्या झाडाखाली धुणं धूत बसली की, मी शेजारच्या झाडांचे पेरू-आवळे खात झाडाला टेकून तिच्याशी बोलत उभा राही. अशी माझी सोबत मिळाली की शारी खंडीभर धुणं धुवून काढी. असाच आडाला टेकून उभा असताना एक दिवस शारी मला म्हणाली, "येवढ्या लांब का ऱ्हायलास? जवळ ये की."

मी जवळ गेलो. तिचं तोंड आनंदानं उमलून आलं होतं. ती म्हणाली, "आता तुम्हास्नी लौकरच पोळी मिळनार!"

"का?"

"आमच्या दादाचं लगीन ठरलंया!"

"खरंच? कवा हाय?"

"आणि पंधरा दिसानं. मग आता आमची वैनी येणार!" असं म्हणून ती लगेच

गोड साद काढून गाऊ लागली –

“शिक्यावरचं लोणी खाल्लं कुणी
ते खाल्लं वैनीनं
आता माझा दादा येईल ग
दादाच्या मांडीवर बसीन ग
दादा तुझी बायको चोऽऽरटी
घे काठी लाग पाठी....”

मग मी म्हटलं, “तुझी चंगळ हाय की!”

“बग की आमच्या दादाचं लगीन कसं थाटानं हुतंया!”

मी विचारलं, “मांडव घालणार?”

ती रागानं म्हणाली, “मांडव घालनार म्हंजे? मांडवबिगार लगीन हुतंया?”

मांडवाशिवाय लग्न होत नसतं हे नवं ज्ञान मला झालं.

ती पुढं सांगू लागली, “आमच्या दादाच्या लग्नात भ्यांड आननार हैत!”

मी यावर बडेजावानं म्हणालो, “आमच्या अक्काच्या लग्नात भ्यांड होता की!”

“आणि आमच्या दादाची वरात घोड्यावरनं काडायची हाय!”

“खरं?”

“व्हय तर!”

त्या लग्नाबद्दल शारी रोज एक हजार गोष्टी सांगायची. लग्नाची तयारी सुरू झाली तशी सारखी हलगूमलगू करायची. माझ्या हातावर पैसे ठेवून म्हणायची, “है पैसं घे आणि वेलदोडे आण. आज लाडू बांदाय लागत्याल.” अशी दिवसातनं ती पन्नास एक कामं सांगायची. ते लग्न होऊन जाईतोवर नाक शिंकरायलासुद्धा शारीला उसंत नव्हती. लोक म्हणायचे, “ही आंधळी म्हणून जन्माला आली नसती तर साऱ्या जगाचं राज चालवलं असतं हिनं!” आलेल्या पाहुण्यांनी शारीची ही धमक बघून तोंडात बोटं घातली. लग्नात घाईघाईनं कुणी यावं आणि “पंगत बसलीया. इस्ताऱ्या कुठं हैत?” असं विचारावं, तवर शारी भिंत चाचपत आतल्या अंधाऱ्या खोलीत जाई आणि इस्ताऱ्यांचा गठ्ठा घेऊन येई. भाताचे, खिरीचे हंडे उतरले आणि ते रिकामे झाले की शारी ती खरकटी भांडी आडावर नेई आणि हां हां म्हणता घासून स्वच्छ करी. पण ही सारी दगदग ती बँडच्या आवाजानं विसरून गेली.

लग्न झालं. मांडव उतरला. या साऱ्या लगीनघाईत तिला माझ्याशी बोलायला सवड गावली नव्हती. एक दिवस दुपारी मी या वाड्यात गेलो. चंपी, शिरमी खड्यानं खेळत बसल्या होत्या. मी तिथं गेलो तसा माझ्या पावलांचा आवाज ऐकून

शारीनं विचारलं, "कोण हाय?"
"मी बाळासाब."
ती म्हणाली, "बाळासाब, जरा हिकडं ये रं पोरा."
तिचा आवाज गुळकऱ्यागत बसला होता. मी जवळ जाऊन म्हणालो, "शारी, तुझा आवाज कशानं ग बसला?"
"लग्नात बोलून बोलून रं बाबा!" असं म्हणून ती निजल्या जागी पालथी झाली आणि विनवणीच्या स्वरात म्हणाली, "जरा कमरेवर पाय देतोस?"
मी पाय देऊन झाल्यावर ती उठली आणि मला आत नेऊन तिनं एक लाडू दिला. मी लाडू खाऊ लागलो. ती माझ्या शेजारी बसून बोलू लागली, "बाळासाब, कशी हाय आमची वैनी?"
"हाय की – चांगली हाय."
"आमच्या दादाला सोबंल अशी हाय न्हवं?"
मला त्यातलं काही कळत नव्हतं. तरी मी म्हणालो, "हाय की."
"रंग कसा रं हाय तिचा?"
"तुझ्यासारखा."
"म्हणजे गोरा का काळा?"
मी म्हटलं, "मध्यम."
यावर शारी एकाएकी हसत सुटली.
मी विचारलं, "का हसतेस?"
हसू ओसरून गेलं. खिन्न होऊन ती म्हणाली, "हसंना तर काय करू?"
"म्हनजे?"
"मला गोरा आणि काळा काय कळतोय? लोक म्हंत्त्यात तसं म्याबी इचारलं. मग आता हसू का रडू?"
एवढं म्हणूनही शारीची चौकशी थांबली नाही. तिनं आणि विचारलं, "नाका-डोळ्यानं कशी हाय?"
तिच्या अनेक प्रश्नांना मी उत्तरं देत राहिलो.

एक दिवस धुणं धुता धुता ती म्हणाली, "आता आमची वैनी येणार."
मी म्हटलं, "कवा?"
"उद्याला. मग आम्ही दोघी मिळून धुनं धुनार. दोघी मिळून जातं वडनार. आता मला विसावा गावनार."
आपल्या वहिनीबद्दलच्या अशा अनेक कल्पना तिनं माझ्याजवळ बोलून

दाखवल्या. पुढं वहिनी आली आणि त्यातली एकही गोष्ट खरी झाली नाही. शारी एकटीच धूत राहिली. ती एकटीच जातं ओढू लागली.

पण दिवसभर अंग मोडून राबणाऱ्या शारीचं काम वहिनीला दिसायचं नाही. आंधळ्या शारीशी ती दुजाभावानं वागू लागली. सकाळी हातात तांब्या घेऊन शारी ताटकळत उभी असली की ती मुद्दाम वेळ लावायची. तोंड वाजवत बाहेर यायची. म्हणायची, "जळला ह्यो संसार! कामं करावी का दासीगत तुझी उसाबर करावी? आणि जलमभर अशी राबवून घ्यायला कुठल्या जलमाची दावेदारीण ग बाई माझी तू? आता जलमभर ह्येच करत बसावं आम्ही? एवढा जीव कशाला जगवाय लागलीयास?" असं म्हणून दरादरा ती तिचा हात खस्सकन धरायची आणि चालाय लागायची.

लळतलोंबत तिच्या मागनं चालताना शारीची तिरपीट उडायची.

असेच दिवस चालले. शारीची पूर्वीची धमक कमी झाली. काळजात काटा मोडल्यागत तिचा जीव कशानं तरी तळमळताना दिसायचा. शारी जायसाळाच्या फुलागत मलूल दिसू लागली.

तवर तिच्या चंपीलाही पदर आला. तिला बघायला पै-पाहुणे येऊ लागले. एक दिवस चंपीचंही लग्न झालं आणि ती नवऱ्याकडे नांदायला गेली. आपल्या दादाच्या लग्नात सगळं पुढं होऊन करणारी शारी या वेळी दिसली नाही. चंपी गेली तशी शारी मुकी होत चालली. कुणी आलं-गेलं तरी शारीचं तोंड उघडायचं नाही. दुखणाइतागत शारीला बोलणं नकोसं झालं. ह्याच सुमाराला मगदुमाची शिरमी आणि कुळकर्ण्यांची शांती ह्यांचीही लग्नं झाली. एके काळी ह्या पोरी या वाड्यात येऊन हैदोस घालायच्या. शारी त्यांच्याबरोबर हदग्यातली गाणी म्हणायची, त्यांना कहाण्या सांगायची, हुमनं घालायची. मग त्या साऱ्या लग्नं होऊन आपापल्या सासरी नांदायला गेल्या आणि शारी एकटीच भुतासारखी त्या वाड्यात वावरत राहिली.

तिच्या बरोबरीच्या पोरी माहेरला आल्या की काखेत पोर घेऊन तिला भेटायला यायच्या. ती म्हणायची, "मला बायांनो, डोळे न्हाईत. तुझ्या पोराला म्या कसं ग बगू?" असं म्हणून शारी पोराला अंगावर घेई. त्याचे मुके घेई. आणि त्या पोरांच्या आया आपल्या संसारातल्या गोष्टी सांगत बसत.

पण शारी हे सगळं ऐकून घेऊन गप्प बसायची. 'बाई, तुझं कसं ग हाय?' असं कुणी विचारलं तरी शारीच्या तोंडाची मुस्की निघायची नाही. जवळ कुणी दुसरं माणूसकाणूस नसलं की शारी एखाद्या वेळी आपलं मन माझ्यापुढं उघड करायची. अशा निवांत वेळी आम्ही बोलत बसलो आणि तिला उचकी लागली की म्हणायची, "बाळासाब, कुणी आटवण काढली असंल का रं?"

“काढली असंल की.”

“खरं आटवण काढाय कोन हाय मायेचं?”

अशी ती उदास झाली की मी म्हणायचा, “चंपी नाही काय?”

यावर ती म्हणायची, “खुळा तर नव्हंस? ती कुटली आटवण काडतीया? पाण्याच्या भवऱ्यात अडीकल्यागत ती आपल्या संसारात गुरफटून गेलीया. तिला आता कुणाऽची आटवण ऱ्हायाची न्हाई बग.” असं म्हणून ती म्हणायची, “बाळासाब, आमच्या चंपीचं सोन्यापरास पिवळं झालं बग! तिला घर चांगलं मिळालं. दाल्ला चांगला गावला. म्याच कुटलं असलं आंधळं नशीब मागून आलो कुनाला दक्कल!”

अशा आठवणी निघाल्या की ती शिरमी, शांती ह्या साऱ्यांच्या संसाराबद्दल बोलू लागायची. म्हणायची, “ह्या सगळ्या पोरी आता काय करत बसल्या असतील ह्या घटकंला? कोण आपल्या पोराला पाजवत असंल, कोण दाल्ल्याबरोबर बोलत बसली असंल.”

असं बोलता बोलता मध्येच म्हणायची, “तुला शांतीचा दाल्ला कोन हाय म्हाईत हाय का? अरं, सरकारात कुणी बडा अम्मलदार हाय म्हनं त्यो. त्यो म्हनं रोज शांतीला घेऊन फिराय जातूया.” असं बोलून झालं की शारी उदास होऊन म्हणायची, “तांदूळ पडलं म्हणजे आपल्या दाल्ल्याबिगर कोन दिसत न्हाई बग ह्यास्नी! धाकटी हुती तवा इळान्इळ हितं येऊन बसायची. आता म्हायरला आली तरी फिरकत न्हाई हिकडं. एवडं लांबचं कशाला? आता आमची चंपीच बग की! लगीन झाल्यापासनं आपल्या ह्या आंधळ्या भनीची आठवण हुतीया का तिला? अरं, आता ही लई म्हाग झाली आमास्नी! गेल्या दोन वरसांत एकदा का दोनदा आली सारी. चार दिस ऱ्हायलीबी न्हाई नीट. आली तशी ‘जातो जातो’च म्हनाय लागली. म्हनायची, ‘माझ्या दाल्ल्याचं हाल होईल पोटाकडं, त्यास्नी दोन वक्त ताजं ताजं करून घालाया लागतंया’ –

“आम्ही म्हटलं, ‘आलीयास तसं चार दिस ऱ्हा. भनी-भनी जरा निवांत बोलू आणि मग जा म्हनं.’ तर कुटली ऱ्हातीया? पळाली लगेच. संसार लागला म्हंजे आपलं ते परकं आणि परकं ते आपलं हुतंया बग. लगीन झाल्यापास्नं आमच्या चंपीला तर इसर पडला माझा. मागं म्हायरला आली तवा एक टरांक भरून लुगडी घेऊन आली. रोज साऱ्या आयाबायास्नी अप्रूबाईनं दावायची. खरं जाताना मला म्हणाली न्हाई, की बाई, जलमभर चिंध्या फाडत आलीस, ह्यांतलं एक असू दे तुला.’ मला आंधळीला काय कराची हैत ती लुगडी खरं? तुला सांगितलं आपलं.”

शारी बोलू लागली की ह्या साऱ्या आठवणी निघायच्या. पुढं मी मराठी चौथी पास झालो आणि पुढच्या इंग्रजी शिक्षणासाठी कोल्हापूरला आलो, तशी शारी

एकटी राहिली. हंगाम सरला आणि पाखरं उडून गेली. माती पडून बुजून गेलेल्या पडक्या विहिरीगत शारीचं आयुष्य भकास दिसू लागलं.

पाच-सहा महिन्यांनी दिवाळीच्या सुट्टीला मी परत गावी आलो. माझ्या नव्या शाळेतल्या अनेक गोष्टी मला शारीला सांगायच्या होत्या. तिचं कुशल विचारायचं होतं. दुपारी जेवण झाल्यावर मी शारीला भेटायला गेलो.

बाहेरचा दरवाजा पुढं केला होता म्हणून दिंडीदरवाजातून आत गेलो; पण सोप्यात, चौकात कुणीच नव्हतं. मग शारी गेली कुठं? आडाकडं पाहिलं तर तिथंही शारी नव्हती. मग मी 'शारी – शारी' अशा दोन हाका मारल्या. तसा आतनं कोळ्याचा परशा बाहेर आला. माझ्याकडे बघत काही न बोलता गुमानच चालला.

त्याला विचारलं, "शारी कुठं हाय?"

"आत निजलीया जनू -" असं म्हणून तो बाहेर निघून गेला. मग मी सोप्यातनं आत गेलो, तसा शारीचा आवाज आला, "कोन हाय?"

"मी बाळासाब –" असं म्हणून मी तिच्याजवळ गेलो. तिनं हरकून मला जवळ ओढलं, आणि न्हन्नू बाळाला उराशी कवळावं तसं मला घट्ट दाबून धरून ती म्हणाली, "कवा आलास?"

"आत्ता मघाशीच. जेवलो ते आलो बग."

"कित्ती दिसांनी भेटतोस तू!" असं म्हणून तिनं विचारलं, "कसं हाय कोलापूर?"

"आहे – चांगलं आहे."

मग ती उठली. आतनं गूळ-खोबरं आणून तिनं माझ्या हातावर ठेवलं. मी विचारलं, "शारी, वहिनी कुठं गेल्या आहेत?"

"वैनी बाळतपनासाठी म्हायारला गेलीया, आनि दादा गेलाया पानं आनाया डोंगरात. ईल आता सांच्यापारी."

मग मी कोल्हापूरच्या नव्या गोष्टी तिला सांगितल्या. माझी नवी शाळा, नवे मास्तर, नवे सौंगडी.

मध्येच शारीनं विचारलं, "पोरं-पोरी एकाच साळंला जात्यात?"

"होय." मी म्हटलं, "शारी, तो कोळ्याचा परशा कशाला ग आला होता?"

शारी चमकली. म्हणाली, "कुनाजवळ बोलू नगो. माझ्या दादाचं आनि त्याचं वांदं हाय. तवा त्यो आलता म्हनून सांगू नग." असं म्हणून ती पुढं म्हणाली, "वैनी गेल्यापासनं एकटीला गमत न्हाई ह्या दांडग्या वाड्यात, म्हनून येतोया कवा तरी बोलत बसाया."

हा कोळ्याचा परशा रोज दुपारी शारीकडं यायचा. शारीला खेटून बसायचा.

मी जवळ असलो की तिच्या कानात मला कळू नये म्हणून कुचूकुचू बोलायचा. कधीकधी तिच्या अंगाशी झोंबायचा. अंथरुणावर पडून तो शारीकडून डोकं दाबून घ्यायचा, अंग रगडून घ्यायचा.

शारीला राबवून घेणाऱ्या त्या परशाचा मला राग येत चालला.

त्यानंतर आणखी पाच-सहा महिने गेले आणि उन्हाळ्याच्या सुट्टीला मी परत आलो. तोपर्यंत शारीच्या रूपात एक विलक्षण फरक पडला होता. पूर्वीची शारी नव्हती. तिचे डोळे आत ओढले होते. गळ्याजवळची हाडं वर आली होती आणि चालताना, बसताना, उठताना शारी अवघडल्यागत दिसायची. सदा डोक्यावर ओझं असल्यागत दिसायची. शारीच्या मनाला कसली तरी कातरी लागली होती. ती कुणाला तोंड उघडून सांगत नव्हती; पण तिचा जीव आतल्या आत कातरत चालला होता.

एक दिवस ईडलिंबाच्या झाडाखाली बसून ती धुणं धूत होती. मी म्हणालो, "शारी, तू इतकी का ग रोडावलीस?"

हे ऐकताच तिनं हातातलं धुणं टाकून दिलं आणि डोळे गाळत ती बसून राहिली. थोड्या वेळानं मला हळू आवाजात म्हणाली, "बाळासाब, माझं काय चांगलं झालं नाही! देवानंच गळा कापला! मला डोळं असतं तर असं कशाला खितपत पडलो असतो?"

आणि असं बोलत असतानाच ती एकदम गडबडीनं उठली – बाजूला जाऊन ओकारी देऊ लागली. दोन्ही हातांनी जमिनीचा आधार घेऊन शारी कासावीस होऊन बसून राहिली.

मी म्हणालो, "शारी, मळमळतंय काय ग तुला?"

शारी काही न बोलता भ्रमिष्टागत बसून राहिली. मी पुन्हा म्हणालो, "जंत झालं असतील. जंताच्या एकदा गोळ्या घे."

चूळ भरायला मी पाणी दिलं तेव्हा तोंडातून पाणी खुळखुळून शारी उठली. मुक्यानंच राहिलेलं धुणं पिळून टाकलं आणि मग आडाकडं जाऊन ती ऱ्हाट ओढू लागली. ओढता ओढता शारी मध्येच थांबली. तिचे हात भरून आले होते. आत ओढलेल्या आवाजानं ती म्हणाली, "बाळासाब, मला जरा पाणी ओढू लागशील काय रं?"

मी तिला पाणी ओढून देऊ लागलो, आणि ती एकेक घागर घेऊन आतला पाण्याचा हंडा भरू लागली. शेवटची घागर नेताना दोनदा थांबून तिनं दम घेतला. मग सोप्यात येऊन बसल्यावर मी तिला म्हणालो, "शारी, उद्यापासून तुला पाणी कोन ओढून देईल ग?"

यावर तिनं माझा हात हातात घेतला आणि मला जवळ ओढून म्हणाली,

“आता तू कवा जानार?”

“उद्या.”

“आनि कवा येनार?”

“दसऱ्याला येईन की.”

शारी एकाएकी हुंदके देऊन रडू लागली.

“शारी, रडू नको ग. रडू नको. कशाचं वाईट वाटतंय तुला येवढं?”

हुंदके गिळून ती म्हणाली, “आता काय सांगू तुला?”

“म्हणजे?”

मला पोटाशी धरून शारी ढसाढसा रडू लागली. म्हणाली, “चंपी गेली. तू चाललास. आता मी कुनाबरोबर बोलू? दिवस कसं ढकलू? बाळासाब, मला एकदा चंपीबरोबर बोलावंसं लई वाटतंया रं! खरं आता ते माझ्या नशिबातच न्हाई!”

“का? तिला कळवलं तर येऊन भेटंल ती.”

ती उदास होऊन म्हणाली, “जीवमान असूसतर आली न्हाई. आता काय भेटतीया मला!”

“शारी, असा धीर सोडू नकोस. तुला लौकर बरं वाटाय लागंल.”

“पोरा, वयोमान सरलं आता माझं. आणि जगून तरी काय सुख भोगायचं हाय? ह्यो आंधळा जलमच काढायचा नव्हं? त्यापरास लौकर मोकळं झाल्यालं काय वाईट? झालं, जेवडं नशिबात होतं तेवडं भोगलं. आता आणि काय भोगायचं ऱ्हायलंया?”

“शारी, म्हनजे ग?”

“म्हणजे आता देवालाच इचारायचं जाऊन — बाबा, मी कुटल्या जल्माचं पातक केलं होतं म्हणून ह्यो असला जलम मला दिलास?”

माझेही डोळे ओले झाले. मी म्हणालो, “शारी, असं म्हनू नकोस. दादाला सांगून औषधपानी घे. बरी हो.”

“तू अजून पॉर हैस. तुला न्हाई कळायचं.”

मग मी शारीच्या कुशीत शिरून म्हणालो, “तुला जास्त झालं की मला कळवायला सांग. मी येऊन तुला बघून जाईन.”

माझं तोंड कुरवाळून ती म्हणाली, “किती मायाळू हैस रं तू! तू मला लई जीव लावलास. तुला एकदा बगायपुरतं तरी देव डोळं देईल का मला?”

असंच आम्ही बोलत राहिलो. ऊन कलंडल्यावर मी उठलो. शारी म्हणाली, “चाललास?”

“होय. जातो की. उशीर झाला.”

“जरा थांब.” असं म्हणून शारी आत गेली. सात-आठ खारका आणि खोबरं आणून मला म्हणाली, “येवडं माझ्याजवळ बसून खा.” आणि थोडा वेळ तिच्याजवळ बसून मी जायला उठलो, तेव्हा ती म्हणाली, “आता ह्यावर तुझी भेट होईलच असं न्हाई.”

“का? जाताना भेटीनच की.”

तिचा निरोप घेऊन मी घरी आलो.

दिवस बुडाला तरी शारीचा विचार मनातनं जात नव्हता.

तोच गुरवाच्या वाड्यात गलबला दिसू लागला. माणसं गोळा होत होती. मी तसाच धावत गेलो.

शारीचा दादा मान खाली घालून बसला होता. लोक त्याला विचारत होते आणि तो सांगत होता, “अगा, मला तर काय म्हाईत? मी आत्ताच आलो नव्हं? येऊन बगतो तर शारी न्हाई. खुळ्यागत सारा वाडा धुंडाळला आणि मग आडाकडं गेलो तर दोराची घागर तशीच आडात! देवा, कधी चुकायची न्हाई आणि माझी शारी आजच कशी आडात पडली?”

गॅसबत्ती लावली आणि आडाभोवती माणूस माईना झालं. लोक गळ टाकून शारीला वर काढण्यात गुंतले होते. मी त्या ईडलिंबाच्या झाडाला टेकून हुंदके देत उभा होतो, तवर त्या गर्दीतनं आवाज आला, “शारी सापडली. गळ लागला.”

पण तिला बघायला मी पुढं गेलो नाही. जीवच धजावला नाही. शारी सापडली हे कळताच मी घराकडे पळत सुटलो.

■

भूल

बाजार आटपून गाडी जोडायला दिवस मावळला होता. घरच्या ओढीनं बैल सुसाट सुटले होते; तरीसुद्धा शिद्दाची गाडी गावानजिक आली तेव्हा चांगला अंधार पडला होता. पोटाची शिस्त लावून केव्हा एकदा वस्तीवर जाईन असं त्याला झालं होतं. एका अंगाचा ऊस वाळत चालला होता. त्यातला किती आज गड्यांनी भिजवला असेल हा विचार त्याच्या मनात घोळत होता. त्यातच माळावर कारवानांनी पाली ठोकल्याची आठवण त्याला वरचेवर होत होती. ज्वारी हुरड्याला आली होती. ती राखायला कोण गेलं असंल का? असे नाना प्रश्न त्याच्या मनात येत होते.

गाडी वेशीत शिरताच रस्त्यावर पाय पसरून पडलेली कुत्री गडबडीनं उठून कडेला झाली. पेठेतला रामा वाणी दिवसभर झालेल्या विक्रीचं टिपण लिहीत बसला होता. गाडीच्या आवाजानं त्याची लेखणी थांबली आणि तो उगाच बाहेर बघत बसला. कुणालाही उगीच बोलवायची त्याला सवय होती. गाडी दुकानावरनं निघाली तसा तो म्हणाला, "कोन, शिद्दा काय?"

शिद्दाचं तिकडं ध्यान नव्हतं. आपल्याच विचारात तो पुढं गेला. गाडी पेठेतनं त्याच्या बोळात शिरली. आपल्या घरापुढच्या अंगणात पुढ्यात लाटण घेऊन बसलेले पाच-सहा पुरुष आणि दोन-चार बाया बघून शिद्दाच्या छातीत धस्स झालं.

गाडी अंगणात आली तसा घरचा गडी सरावण्या हातात लाटण घेऊन म्होरं गेला. बायको पोरं घेऊन दाराच्या तोंडाशी आली. आपल्या पोराबाळांना सुरक्षित बघून शिद्दाला जरा धीर आला. मग त्यानं पारखून बघितलं. कोण कोण बसलंय ह्याचा अंदाज घेतला. बाळातात्या चिलीम ओढीत होता. त्याला लागून शिद्दाचे दोन पुतणे होते. तात्यासमोर ऐसपैस मांडी घालून बसलेला तो पांडा सुतार होता. तिकडे बायकांच्या घोळक्यात काकी होत्या. त्यांच्या शेजारी मांजऱ्याची म्हातारी होती.

खाली मान घालून बसलेल्या त्या वाण्याच्या लेकी होत्या.

पेंडेचं आणि सरकीचं पोतं शिद्दाचं गाडीतनं खाली उतरून घेतलं, बैल सोडून चाकाला बांधले, गाडीतली राहिलेली वैरण त्यांच्याम्होरं टाकली, तरी कुणीच काही बोलत नव्हतं. सगळी आपली तोंडाला मिठी मारून गपच होती. कुणीच तोंड उघडीत नव्हतं.

शिद्दाचं सगळं आवरलं तसा बाळातात्या चिलीम ओढताओढता खोकला आणि थुंक लांब टाकून तोंडातल्या तोंडात बोलला, "पोरा, एवढा का रं येळ?"

"बाजार करीस्तवर येळ झाला झालं."

"मर्दा, कवाधरनं वाट बगायची तुझी?"

हे ऐकून शिद्दा येडबडला. त्याला काही उलगडा होईना. आपल्यावाचून असं काय तटलं होतं त्याला समजेना. तो पुढे होऊन घाबऱ्या घाबऱ्या म्हणाला, "तात्या, काय झालंय गा? अशी समदी गोळा का झालाया?"

बाळातात्या हलक्या आवाजात म्हणाला, "टाकळीसनं मानूस आलृता सांचा."

एकाएकी टाळक्यावर दरड ढासळावी तसं शिद्दाला झालं. काय समजायचं ते त्याला समजलं आणि गुडघ्यातनं पाय मोडल्यागत मटकन तो खाली बसला. त्याला असं घाबरं झालेलं बघून बाळातात्या थोडा पुढं सरकला. शिद्दाच्या पाठीवर हात फिरवीत तो म्हणाला, "पोरा, असं घाबरून कसं चाललं? वाईच दमानं घे. येवढं भ्याचं काय कारण न्हाई."

शिद्दानं डोक्याचा पटका काढून तोंडावर धरला. त्याला हुंदके आवरेनासे झाले. तसा बाळातात्या जरा आवाज काढून म्हणाला, "अरं, खुळा का शाना तू? तुझा दादा काय जग सोडून गेला न्हाई अजून. आता आजारपन म्हटल्यावर असं कमी-जास्ती व्हायचंच. गप. खुळा हैस व्हय? असं डोळं गाळू नगो. गप्प."

असं म्हणून शिद्दाच्या तोंडावरचा पटका तात्यानं बाजूला केला. शिद्दाला भडभडून आलं. ओल्या जखमेवरची खपली काढावी तसा त्याच्या डोळ्यांवरचा पटका बाजूला झाला आणि पन्हाळीगत दोन्ही डोळ्यांतनं पाण्याच्या धारा गळू लागल्या. जवळ बसलेल्या बाया हुंदक्यांनी दाटून आल्या. त्याच्या काकीनं मग पदरानं डोळे पुसले आणि समजावण्याच्या स्वरात ती म्हणाली, "बाबा शिद्दा, तूच असं हात-पाय गाळल्यावर त्याच्या पोराबाळांनी काय करावं रं? त्यांनी मग कुनाच्या तोंडाकडं बघावं?"

मोठ्या मिनतवारीनं त्यानं हुंदके आवरले. डोळे कोरडे केले. जरा दम घेतला आणि धीर करून तो म्हणाला, "तात्या, मानूस सांगावा तरी काय घेऊन आलृता?"

"आपलं हेच की, जरा जास्त झालंया. तुला जवळ बोलीवलंय."

शिद्दाचा ऊर आणखी भरून आला. त्यानं आपल्या दोन्ही गुडघ्यांना हातांचा

तिढा दिला आणि त्यात तोंड खुपसून तो ढसढसू लागला. कुणाचंच ऐकून घेईना. तसा पांडा सुतार म्होरं गेला. वरच्या आवाजानं बोलू लागला. मांजऱ्यांची म्हातारीही रांगत रांगत पुढं आली. शिद्दाचं तोंड कुरवाळून त्याला समजावू लागली. बायकोनं तोंड धुवायला पाण्याचा तांब्या आणून पुढं ठेवला आणि तीही डोळ्यांना पदर लावून बसून राहिली. अंगावरचं पोर किंचाळू लागलं, तेव्हा तात्या खेकसून म्हणाला, "अरं, पोरं रडाय लागली. आता काय सांगायचं आनि तुला?"

शिद्दानं कष्टानं मान वर केली आणि तात्याकडे बघून तो म्हणाला, "तात्या, गेल्या येळी नुसतं टपाल आलतं तर दादा जातोय का ऱ्हातोय अशी दशा झाली होती. आता तर काय मानूस धाडलाय. म्हंजे आशाच तुटली असंल, न्हवं?"

तात्या काही न बोलता त्याच्या काखेत हात घालून त्याला उठवीत म्हणाले, "ऊठ आधी. चूळ भर."

शिद्दा मुकाट्यानं उठला. तोंडात पाणी घेतलं. पाण्याचा हात डोळ्यांवरनं फिरवला आणि बायकोकडं बघत तो म्हणाला, "आवर लौकर तुझं. पोरांस्नी घेऊन गाडीत बस."

ती धीर करून म्हणाली, "पोराबाळांस्नी घेऊन आता रातचं निगायचं व्हय?"

घोगऱ्या आवाजानं तो म्हणाला, "इचारत बसू नगोस. आवर आधी."

मग पुढं काही न बोलता ती उठली आणि आत जाऊन तयारीला लागली. तोवर गड्यानं कडब्याच्या चार पेंड्या गाडीत पसरल्या. त्यावर एक घोंगडं अंथरलं आणि बैलाचे कासरे हातात धरून तो गाडीम्होरं जाऊन उभा राहिला. गाडी जोडून तयार झाली, तसा शिद्दा हळी देऊन बायकोला म्हणाला, "आवरलं का न्हाई तुझं?"

दुपारपासनं भाकरी नाही, तुकडा नाही. भुकेनं नवऱ्याचा जीव कलकलला असंल, म्हणून तिला चुटपूट लागली होती. विचारावं का नको, असं कोडंही पडलं होतं. अखेर धीर करून ती बाहेर आली आणि हळू बेतानं म्हणाली, "आमचं आवरंस्तवर घासभर खाऊन घ्या की."

शिद्दा बसलेला उठला आणि दारात उभा राहून म्हणाला, "दाराला लावायचं कुलूप आन बघू अगुदर."

तो कुलूप घेऊन दारात उभा राहिला तशी तिनं भराभर आवराआवर केली. आपली दोन पोरं घेऊन ती गडबडीनं बाहेर पडली. बायको-पोरं गाडीत बसल्यावर गड्यानं मालकाच्या हातात कासरा दिला आणि गाडी सुरू झाली. बाळातात्याही खांद्यावर धोतर टाकून गाडीमागून चालू लागला. त्याला तसं मागनं चालताना बघून गडी ओरडून म्हणाला, "मालक, तात्यांस्नी गाडीत बसा म्हना की."

शिद्दानं गाडी उभी केली आणि मान मागं वळवून तो म्हणाला, "तात्या, बसायचं न्हाई व्हय गा?"

"नगं. म्या आपला मागनंच चालतो."

"का? वझ्झं होतंया व्हय गाडीला?"

"पैल्यागत सोसत न्हाई रं गाडी मला."

"मग काय पळणार व्हय गाडीमागनं? बसा, बसा गाडीत. कायतरीच तुमचं एकेक!"

तात्या गाडीत चढून बसला आणि गाडी पुन्हा सुरू झाली. वेशीतनं बाहेर पडल्यावर शिद्दानं विचारलं, "तात्या, किती कोस गा टाकळी हितनं?"

"काय तरी पाच कोस हुईल की."

"आणि आज चांद कवासा उगवायचा?"

तात्यानं वर आभाळाकडं बघितलं आणि तो वर बोट करून शिद्दाला म्हणाला, "त्या, त्या कोपऱ्यातला इच्चू दिसतूया का?"

"हां, हां."

"आन् हिकडं हीऽहीऽऽकुरी दिसतीया का?"

"हां – दिसतीया की."

"त्यो इच्चू असासा हिकडं जवा ईल आणि ही कुरी त्याऽऽतिकडं जवा जाईल तवा चांद उगवायचा बग आज."

"म्हंजे वाडुळ हाय अजून."

"तर! चांगली तीन कोसांची वाट वसरंल."

शिद्दानं बैल उसकले. घटका-दोन घटकांपूर्वीच गाडी बाजार करून आली होती. दबवल्याखेरीज बैलांचा पाय उचलत नव्हता. म्हणून शिद्दाचे हात सारखे त्यांच्या शेपट्यांशी होते आणि तोंडानं तो सारखा उसकत होता. त्यातनंही बैल मुर्दाड बनून पाय उचलेनासे झाले म्हणजे तो दात खाऊन शिवी हासडायचा आणि फाडफाड कोंयड्यांचे आवाज व्हायचे. लांबसडक वादी अंगावर कडाडली की बैल चारी पायांवर उड्डाण घ्यायचे आणि गाडी चौक सुटायची. ती पाच-सहा मैलांची माळवाट गाडी धुरळा उडवीत कापू लागली. इस्त्याच्या खेंडागत जनावरांची अंगं तापली. त्यांच्या तोंडाला दरदरून फेस आला. कापसाच्या पेळूतून धागा निघावा तशी त्यांच्या तोंडातनं लाळेची धार खाली लोंबू लागली. गाडीतल्या माणसांची तोंडं धुरळ्यानं भरून गेली. शिद्दाच्या दोन्ही पोरांचे डोळे कचकचू लागले. गाडी खाचखळगे म्हणत नव्हती. दगडमुराही तिला दिसत नव्हता. मुरा आला की गाडी गर्रकन वळायची, धोंडा लागला म्हणजे चाक हातभर वर उचलून दण्णकन खाली आदळायचं. हां हां म्हणता पाच-सहा मैलांचा तो माळ तुडवून गाडी आडरानात घुसली. गचके खाऊन खाऊन अंग सुबकून निघू लागलं तसा बाळातात्या शिद्दाला म्हणाला, "पोरा, जरा दमानं बाबा. आधीच अंधारानं काय दिसंना. न्हाई तो

खेळखंडोबा नगो.''

हादरे बसू लागले आणि समोरची वाट दिसेनाशी झाली, तशी शिद्दानं तापलेल्या खोंडाचे कासरे खेचून धरून गाडी आवरली. बैलांची उशी कमी झाली. तरीही चाक धोंड्यावर जाऊन पाळणा कलंडायचा. शिद्दाची बायको जीव मुठीत धरून पोरं सांभाळत बसली.

आता अंधार गडद झाला होता. डोळ्यांत बोट घातलं तरी दिसत नव्हतं. पण हादरे जरा कमी झाले की शिद्दा बैल दबावीत होता. त्याचं चित्त थाऱ्यावर नव्हतं. डोळे टाकळीकडे लागले होते. जीव सारा तिकडे गुंतला होता. असाच थोडा वेळ गेला आणि त्याला बोलकं करावं म्हणून सहज तात्यानं विचारलं, ''तुझ्या दादानं काय गटळं तर केलंया का रं?''

''खुळं तर नव्हं, तात्या?''

''ते का रं?''

''दादा कशाचं गटळं करतोय?''

''का? बक्कळ मिळीवतोय की!''

''व्हय, पर त्याला खर्च हायच की. पोरांची साळा, दूधदुभतं, व्हयनव्हं – काय याक हाय व्हय? त्यांच्या पैशाला अशा चारीकडनं वाटा हैत. मग कशाचं गटळं करतोय?''

यावर दोघांचं बोलणं कुचमलं, जिभा अवघडल्या. शिद्दाच्या हातांतले कासरे ढिले पडले. बैल आपल्या मनानं रेंगाळत चालले. शिद्दाचं गाडीवर ध्यान नव्हतं. दादाच्या अनेक आठवणी त्याच्या मनात येत होत्या.

तात्या त्याला म्हणाला, ''शिद्दा, गप का रं?''

शिद्दानं एक उसासा सोडला आणि चिमणीगत एवढंसं तोंड करून तो तात्याच्या तोंडाकडं नुसतं बघत राहिला. मग तात्या त्याच्या पाठीवर हात फिरवीत म्हणाला,

''पोरा, धीर धर. मन खंबीर कर.''

''तात्या, धीर कसा धरायचा? फुडचं चित्तार डोळ्यांम्होरं हुबं ऱ्हाऊन हात-पाय गळल्यात माझं!''

आधार द्यावा म्हणून तात्या म्हणाला, ''पोरा, तुझ्या दादानं कुणाचं वंगाळ केलंया म्हणून द्येव त्येचं वंगाळ करील?''

''तात्या, कशाला द्येव घेऊन बसलाईस? धाकटी रांगनारी पोरं द्येव घेऊन जातूयाच का न्हाई? मग त्यांनी काय कुनाचं वाकडं केल्यालं असतया व्हय?''

तात्याचं बोलणं खुटलं. शिद्दा पुन्हा गप्प झाला. वाट अवघडली. वेळ जाईनासा झाला, तसा तात्या म्हणाला, ''आरं, बोल की. बोलत बोलत वाट तरी वसरंल.''

शिद्दा तोंड वर उचलून आभाळाकडे बघत राहिला आणि म्हणाला, ''तात्या,

एक गोष्ट इचारू?''

''इचार की.''

''मानूस मेल्यावर ह्या आभाळातच चान्नी होऊ ऱ्हातोया न्हवं त्याचा जीव?''

तात्याची जीभ उचलली नाही. त्यानं शिद्दाच्या पाठीवर आपला हात ठेवला, आणि तो सुरकुतलेला, थरथरणारा पंजा त्याच्या पाठीवरून फिरू लागला. पटक्याच्या शेमल्यानं डोळे कोरडे करून शिद्दा म्हणाला, ''तात्या, दादागत भाऊ मला मागून मिळाला नसता!''

''बाबा, त्यालाबी पुण्याई लागतीया!''

''व्हय तात्या, पर कुटंतरी कमी पडलीया ती आता.''

विषयाला फाटा फोडल्याखेरीज त्याची चिंता कमी होणार नव्हती, म्हणून तात्या म्हणाला, ''वस्तीवर कुनाला जायला सांगितलंयस का न्हाईस?''

त्याबरोबर शिद्दाला कारवानांच्या टोळीची आठवण झाली. तो दबकत म्हणाला, ''तात्या, कारवान पिकाबिकाला हात लावतील व्हय?''

''वस्तीवर मानूस हाय नव्हं?''

''न्हाई, तात्या. सरावन्या मळ्यावर जाईल. शेतावर कोन जानार?''

धीर देण्यासाठी तात्या म्हणाला, ''नसलं कुणी तरी चालंल म्हना. शेजारी आमच्या शेतात राखन हायच की.''

शिद्दाची बायको मध्येच म्हणाली, ''म्हस भाईर हाय का गोठ्यात?''

''मला इचारतीयास व्हय? आलो तसा गाडी मागं वळवली. मी म्हस आत कवा बांधनार? तुला तर सुद्द असू ने यवढी?''

तात्या आपला उगाच म्हणाला, ''असू द्या. काय हुतंया त्येला?''

यावर ती घाबरून म्हणाली, ''अवो, असं कसं? कोनबी सोडून न्हेलं जनावराला, तर काय घ्या त्येचं?''

शिद्दा रागानं म्हणाला, ''शानी हैस! आता गप्प बस! जास्त बोलू नगो, काय तरी अपशकुनी बोलायची खोडच हाय तुला!''

सगळ्याचंच बोलणं थांबलं. त्या शांत वातावरणात गाडीचाच तेवढा आवाज मोठ्यानं ऐकू येऊ लागला. प्रत्येकजण आपापल्या विचारात गढून गेला. म्हशीच्या काळजीनं शिद्दाच्या बायकोचा जीव चुटपूट करू लागला. ती मध्येच उसासून म्हणाली, ''आता म्हस कुठली हाताला लागतीया?''

शिद्दा मागं वळून आणि डोळे वटारून म्हणाला, ''काऽ? मुसकी घालू व्हय तोंडाला?'' असं म्हणून त्यानं बैलाच्या शेपट्या मुरगळल्या. गाडी हिसके देत पुढं चालली. धुरळा उडू लागला. अशीच एक घटका गेली, दोन घटका गेल्या. मग शिद्दानं वर आभाळाकडे बघून तात्याला विचारलं, ''तात्या, रात किच्ची झाली गा?''

तात्याचे थकलेले डोळे आभाळातली नक्षत्रं शोधू लागले. आपली हलणारी मान तशीच वर करून त्यानं विचारलं, "अवसेची चान्नी कुठं दिसतीया का?"

"ती का ती – तिकडं मावळतीला टेकलीया न्हवं!"

मग तात्या म्हणाला, "आता एवढ्यात चांद उगवंल. कुरी आणि इच्चू कुटं दिसत्यात का तुला?"

"त्येच बगतोय."

"काय बगतोस? ते बग तिकडं, खाली वळले. आता चांद उगवायचा नेम झाला म्हनंनास."

एवढ्यात एक टिटवी आपला भेसूर आवाज काढीत डोक्यावरनं पुढं निघून गेली. तिला बघून शिद्याच्या तोंडचं पाणी पळालं. तो कावराबावरा होऊन तात्याच्या तोंडाकडे बघत राहिला.

तात्याही त्याच्या पाठीवर हात ठेवून म्हणाला, "पोरा, चल गुमान."

पुढं बोलायला त्याची जीभ उचलली नाही.

शिद्याला पुढची वाट दिसेना. हातातले कासरे तसेच पडून राहिले. त्यांची हालचाल होईनाशी झाली आणि बैल आपल्या मनानंच रेंगाळू लागले.

अवसेची चांदणी आणखी थोडी खाली कलली आणि चांद उगवून कासराभर वर आलेला दिसू लागला. माळ मागं जाऊन दोन्ही अंगांना हिरवीगार पिकं लागली. पिकांवरून वाहत येणारा गार वारा अंगाला झोंबू लागला. बाळातात्याच्या पिकलेल्या शरीरात हुडहुडी भरू लागली. शिद्याची पोरं पोटात पाय घेऊन आईला चिकटून बसली. थंडीनं त्यांच्या आईचं दाडवान वाजू लागलं.

गाडी तशीच पुढं चालली होती. दूरवर दिसणारे दिवे जवळ येत होते. झाडांच्या गर्दीत लपलेलं गाव हळूहळू दिसून येत होतं. उघडी वाट संपून गाडी पांदीला लागली. पांदीतला गारवा अधिकच झोंबू लागला. दोन्ही अंगांची घाणेरी चाकांत अडकून वाजू लागली. त्यांचा एकसुरी आवाज कानांत घुमू लागला. पांदीच्या दोन्ही अंगांना चिंच, आंबा, करंजी यांची डेरेदार झाडं लागू लागली. गाडीच्या त्या आवाजानं झाडांवर विसावलेली पाखरं जागी होऊन पंख फडफडवू लागली. साळुंक्यांचे थवे कलकलू लागले. लपून बसलेला पिंगळा बोलू लागला.

आता गाव जवळ आलं होतं. समोरच्या झाडांच्या गर्दीतून एखाद्-दुसरा दिवा स्पष्ट दिसत होता. चंद्राच्या प्रकाशात सारी सृष्टी उजळून निघाली होती. रात्रीच्या त्या शांत समयी गाव निवांत झोप घेत असलेलं दिसलं. घरांच्या आडव्या-तिडव्या रांगा दिसू लागल्या. परड्यातला शेवगा आणि उंच वाढलेली नारळीची झाडं स्तब्ध उभी होती. कुणीतरी हातात अब्दागिरी धरून उभं आहे असं वाटत होतं. मध्येच एखादा जुना पडका वाडा गुडघे वर करून बसलेल्या जख्ख म्हाताऱ्यागत दिसत

होता. काही जागी पांढऱ्या मातीच्या नुसत्या भिंतीच तेवढ्या तटागत उभ्या होत्या. एखादं कवठाचं, नाहीतर बाभळीचं झाड त्यांच्या आश्रयाला उभं असलेलं दिसत होतं. मध्यभागी कुठल्या तरी एका देवालयाचं शिखर उंच मानेनं उभं होतं. चांदण्याच्या त्या प्रकाशात त्याची सोनेरी कांती चमकत होती.

गाडी आणखी पुढं आली. पांदीची चिंचोळी वाट संपून पुन्हा थोडा रुंद खडीचा रस्ता लागला. हिरवी शेतं मागं राहिली. समोरून कुत्र्यांचं भुंकणं ऐकू येऊ लागलं. महारवाड्यातल्या झोपड्या दिसू लागल्या.

शिद्दानं गाडी उभी केली आणि कापऱ्या सुरानं तो म्हणाला, "तात्या, हे कोंचं गा गाव?"

तात्या उठून उभा राहिला. किलकिल्या डोळ्यांनी त्यानं नीट वेध घेतला आणि तो म्हणाला, "पोरा, काय खुना पटंनात रं."

"तात्या, हे बत्तीसशिराळं तर न्हवं?"

"कशावरनं म्हंतोस?"

"ते देवळाचं शिखर दिसतंया न्हवं?"

मग तात्यानं आणखी बारीक नजरेनं बघितलं आणि घाबऱ्या आवाजात विचारलं,

"पोरा, टाकवडं तर मागं गेलं का?"

"माझं काय ध्यान नव्हतं बा."

"बरं, तेरदाळ तरी गेलं का?"

"मला कायच आटवनासं झालंया."

मग म्हातारा पुन्हा समोर बघत उभा राहिला. देवळाचं ते शिखर दिसलं. तो उजव्या अंगावरचा पडका वाडा दिसला. डाव्या बगलेवरचा तो बुरूज दिसला आणि मग तो करुण स्वरानं म्हणाला, "शिद्दा, पोरा, गाडी भलतीकडे आनलीस तू!"

"काय झालं गा, तात्या?"

"मर्दा, ही रुई न्हवं का?"

"आणि मग टाकवडं गा?"

"ते ऱ्हायलं एका अंगाला. चांगला तीन कोसांचा फेरा घातलास तू."

हे ऐकताच भांबावलेल्या शिद्दाच्या हातांतले कासरे एकाएकी गळून पडले. हाता-पायांतलं वारंच निघून गेलं. तोंडातली थुंकी वाळली आणि मान मागं बावकड्यावर टाकून तो तळमळून म्हणाला, "तात्याऽऽ, आता तोंडभेट तरी कशी होनार गा? आता मी दादाला कसा बगू?"

असं म्हणून तो बसल्याजागीच मोडून पडला.

■

नाटक

लक्ष्मीच्या देवळाच्या तटाचा मोठा दरवाजा बंद होता. तोंडापुढच्या पिपरणीच्या झाडाला बत्ती टांगली होती. पारावर चौघडा वाजत होता. जवळच तिकिटांची पुडकी टेबलावर मांडून दोन माणसं खुर्च्यांवर बसली होती. पाच-पंचवीस पोरांची त्यांच्याभोवती मिठी पडली होती. बत्तीच्या उजेडात त्या दरवाजातच दर्शनी उभा करून ठेवलेला एक फळा दिसत होता. रंगीत खडूंनी बरबटलेल्या त्या फळ्याकडे काही पोरं नुसतीच टक लावून बघत होती. काही अक्षरं लावण्यात गुंगली होती. काही त्यांचा मोठ्यानं अर्थ लावीत उभी होती. एकेक अक्षर तुटक वाचून झाल्यावर मग एका दमात तो शब्द मोठ्यानं म्हणत होती. मजा होती. गणगट्याला चिच्चंचा गोळा लावून तो तोंडात रवी फिरवल्यागत फिरवत राहावा तशा मजेनं ती पोरं चव घेत उभी होती.

बत्तीचा तो भगभगीत उजेड बघून रानात निघालेला रामा ल्हवार भाल्याची काठी टेकत देवळापुढं आला. पिपरणीच्या पारावर उभा राहून थोडा वेळ त्यानं चौघडा ऐकला. त्यातली चव गेल्यावर मग तो फळ्याकडे आला. फळ्यापुढच्या कोंडाळ्यात शिरून पोराला म्हणाला, "काय रं लिवलंय ह्ये?"

ते पोरगं म्हणालं, "वाचून बघ की."

"मला वाचाय आलं असतं तर लेका, तुला कशाला इचारलं असतं?"

असं म्हणून त्यानं दुसऱ्या पोराला म्हटलं, "काय रं, तमाशा हाय व्हय?"

"न्हाई, नाटक हाय."

"कोंचं – पुराणिक का ऐत्याशिक?"

"सौतंत्र, सामाजिक."

ल्हवार चकित झाला. म्हणाला, "म्हंजे रं कसलं?"

"बगितल्याबिगर आम्ही तरी काय सांगावं तुला?"

"अरं, पर त्याला नाव-गाव, शेंडा-बुडका काय हाय का न्हाई? काय गा, नाव तर काय नाटकाचं?"

"पायाचा दगड."

लव्हाराला ह्या नावाचं पोटभरून हसू आलं. हसून दमल्यावर तो सुताराच्या गणाला म्हणाला, "अरं, पार्टी कोंची हाय?"

"गावातलीच हाय."

त्याला आणि हसू फुटलं. हिकडे हसता हसता त्यानं हातातला भाला मजेनं एका पोराच्या पोटाला लावून विचारलं, "अरं, ते काय लिवलंय ते वाचून तर दाव."

भाल्याचं फळ पोटाला लागताच त्या पोरानं बेडकागत टण्णकन उडी मारली आणि लांब जाऊन ते म्हणालं, "आयला, पॉट फोडतोस काय माझं?"

मग ल्हवारानं गणा सुताराच्या पाठीत एक बक्कन बुक्की घालून म्हटलं, "अरं, वाच की ते."

सुताराचा गणा धडा वाचावा तसा ते बोर्ड वाचू लागला :

"आज रात्रौ १० वाजता वडगाव मुक्कामी वडगाव नाटक मंडळींनी बसवलेला खास संगीत तीन अंकी १०० टक्के विनोदी

'पायाचा दगड'

या नाटकाचा प्रयोग लक्ष्मीच्या देवळात अवश्य पाहा.

याल तर हसाल, न याल तर फसाल!

प्रमुख पात्रे	**व**	**भूमिका**
१) चंद्रकांत		भीमगोंडा पायगोंडा पाटील
२) बाबासाहेब		अण्णू वड्ड
३) रावसाहेब		विनोदमूर्ती सरावण्या मांग
४) डॉक्टर गायतोंडे		मल्लाप्पा राजाराम हत्ती
५) रामा *(गडी)*		धनाजीराव शिर्के
६) माई		कुळकर्णी मास्तर
७) सरला		दादू दगडू न्हावी
८) सुषमा		?

दिग्दर्शक : **अन्याबा परीट**

गणा वाचत होता आणि ल्हवाराची हसून हसून मुरकुंडी वळत होती. शेवटचं परटाचं नाव ऐकून त्याला बेजान हसू फुटलं. ते पोटात मावंना तसं आपलं पोट धरून तो मटकन खाली बसला. दोन्ही पाय पसरून ढुंगणावर बसला आणि

आभाळाकडं तोंड करून खदखदा हसला. हसू आवरंना तसं तिथनं उठला आणि बाजूला पळाला. लांब जाऊन एकटाच गाढवागत उभा राहिला.

त्या तटाच्या आतला बत्तीचा उजेड वर आभाळाला जाऊन भिडला होता. आत गोमगाला चालला होता. मोठ्या दरवाजात त्याला एकदा परटाचा अन्याबा दिसला तसा ल्हवार जागचा हलला. त्या दारावर येऊन धडका देत म्हणाला, "अगा एऽऽ, दार उघडा की."

आतनं आवाज आला, "कोन हाय?"

"म्या हाय – म्या – ल्हवाराचा रामा."

"काय काम हाय?"

"अन्याबाला भेटायचं हाय गा."

"त्यो आता आत कामात हाय. काय सांगायचं असलं तर सांग." असं म्हणून त्यानं किंचित दार उघडून फटीतनं तोंड बाहेर काढलं, तसा ल्हवार आत घुसला. आडदांडपणानं रेटत आत गेला.

ल्हवाराबरोबर दारावरचं ते पोर हमरीतुमरीवर आलं, तवर दारावर आणि एक घोळका आला. ल्हवाराला सोडून देऊन त्यानं चलाखीनं दार दडपलं आणि आतनं कडी लावून घेऊन ते देवळात पळालं. घोंगडी आडवी बांधून जिथं रंगपटाची खोली तयार केली होती तिकडे गेलं आणि त्या गोमगाल्यात अन्याबाला शोधू लागलं.

त्या एकखणी टिचभर रंगपटात कुणाची तोंडं कुणाला ओळखू येत नव्हती. जो तो आपल्याच नादात गर्क होता. दोन रंगवलेली पात्रं लालभडक तोंडांनी हिकडेतिकडे फिरत होती. बाकीची पोरं खुळ्यागत त्यांच्या तोंडाकडेच टक लावून बघत होती. जरा कच्ची पात्रं आपली भाषणं जोरजोरानं पाठ करत होती. एका कोपऱ्यात बत्तीजवळ मेकपमास्टर पात्रांची तोंडं रंगवत होता. त्याच्या त्या रंगकामाच्या करामतीकडे काही पोरं घोळक्यानं बघत बसली होती. मांडी घालून देवागत गप बसली होती. काहींचं चित्त त्या उघड्या रंगाच्या पेटीकडे होतं. एवढ्या बारीक नजरेनं बघूनही ती कला काही समजत नव्हती. तो एक मोठा मजेशीर जादूचा खेळ होता. त्याच जागेत वर आडव्यातिडव्या दोऱ्या बांधल्या होत्या. त्यावर नाना तऱ्हेचा वेष दिसत होता. अजूनही पोषाख येत होते आणि ते येतील तसे त्यावर टाकले जात होते. त्यांत रंगीबेरंगी पातळं होती, कोट होते, इजारी होत्या – सगळं होतं. एकमेकांत गुतापून गेलं होतं. अन्याबा ते पोषाख नीट लावत उभा होता तसं ते दार दडपून आलेलं पोर घाईनं म्हणालं,

"अन्याबा!"

"काय रं?"

ते पोर समोर आलं तसा अन्याबा खवळला. ओरडून म्हणाला, "अरं, दार

सोडून हिकडं कशाला आलायस? सगळी हितंच कशाला मरत्यात काय कळत न्हाई!''

मेकपमास्टर निमताला टेकला होता. तोही आपलं काम थांबवून केविलवाण्या स्वरात म्हणाला, ''अन्याबा, आता काम फुरं बाबा.''

अन्याबा हबकला. त्याच्याकडे आश्चर्यानं पाहत म्हणाला, ''का हो, काय झालं?''

भोवतालच्या पोरांकडे बोट दाखवून तो म्हणाला, ''आता ही जत्रा बगा की! ह्या गोंधळात माझं तरी काय चित्त लागत न्हाई बाबा. एकजण बाटली उचलतोय, तर एकजण पावडरचा डबा उघडतोय... ह्यातनं मला काय काम निभायचं न्हाई बगा.''

अन्याबा विंचवागत तरातरा तिकडे गेला. दात चावून राग गिळला आणि हात जोडून त्या पोरांना म्हणाला, ''ए माझ्या बाबांनो, उपकार करा आणि त्या भाईरच्या आवारात जाऊन बसा. हात जोडतो तुम्हास्नी. उठा, उठा!''

अन्याबाची ही विनंती ऐकून जरा हालचाल झाली. अगदी तोंडाजवळ तोंड नेऊन बघत होती ती पोरं जरा मागं सरली आणि ती मागं सरली तशी मागची पुढं घुसली. मघाशी आलेलं ते पोर अजून तसंच उभं होतं. त्याला बघून अन्याबा पुन्हा खवळला, ''का रं, जा की दारावर.''

''म्या न्हाईबा.''

''का रं?''

''माझं कोन ऐकत न्हाईबा तिथं. दाबून मानसं आत घुसल्यात. कुनाला सोडावं आनि कुणाला न्हाई?''

तवर एकजण ओरडत आला, ''अन्याबा कुठं हाय? अन्याबा कुठं हाय?''

''काय? मी हितं हाय.''

''च्याऽऽयला! छप्पन हाका मारल्या तर कुणी दार उघडायला तयार नाही! शेवटाला भित्त चढून वरनं उडी टाकून आत आलो. ही घ्या तीन पातळं... सायबी टोपी कुटं गावली न्हाई बाबा. लई हिंडलो. आयला पाय दुकाय लागलं.''

असं म्हणून त्यानं शर्टाच्या गुंड्या सोडल्या आणि गळ्याभोवतालचा घाम पुसत तो उभा राहिला. तशी अन्याबानं गुलाब हेरवाड्याला हाक मारली.

हेरवाड्याचा गुलाब स्टेजवर सुताराला मदत करीत उभा होता. ते काम सोडून धावपळीनं तो अन्याबाकडे आला. त्याला आल्या आल्या अन्याबा म्हणाला, ''ही तुझी कसली एवस्था?''

''काय झालं?''

''ही बघ माणसं किती आत आल्याती!''

''हाकलतो की सगळ्यांस्नी!''

''आधी दारावर एक नेटका माणूस उभा कर.''

तसा शेजारीच अंग चोरून उभा राहिलेला रामा ल्हवार समोर जाऊन म्हणाला, "म्या ऱ्हाऊ का दारावर?"

हेरवाड्या बोलला, "मा इच्यारतोस काय त्यात? जा, उभा ऱ्हा जा. एक माणूस आत सोडू नको!"

ल्हवार लगबगीनं हातात भाला खेळवत दारावर जाऊन उभा राहिला. नजर चुकवून आत घुसलेली माणसं घोळक्या-घोळक्यानं आत हिंडत होती. काही नुसतीच उभी होती. कोण कामात असल्याचा आव आणत होतं. हिकडनं तिकडं आणि तिकडनं हिकडं करणाऱ्या ह्या माणसांना बघून हेरवाड्या ओरडून म्हणाला, "बिनकामाची माणसं आधी भाईर व्हा बघू! आपल्या मनानं भाईर व्हा – नाहीतर अपमान होईल. चला, भाईर व्हा."

त्या आवारातल्या माणसांनी हेरवाड्याचं बोलणं चित्त देऊन ऐकलं, पण कोणच जागचं हलायला तयार झालं नाही. कोण पाय काढायला तयार नाही, हे बघून हेरवाड्या अन्याबाला हळू आवाजात म्हणाला, "आता जी आत आल्यात ती असू द्यात. उगा निष्कारणी तंटा नगो. न्हाईतर खेळ उभा राहायचा आणि भाईरनं दगडं याची."

अन्याबा म्हणाला, "बग बाबा, मला तर काय सुचंना झालंय."

"मला तर कुटं सुचतंय? तो फ्लॅट कसा उभा करायचा हे तीन तास झालं कळंना झालंय. मगाधरनं तीच कुस्ती चाललीया."

"आणि हे सुतार काय करतंय?"

"कशाचा सुतार – सुतार काय अत्तार?"

"काय झालं काय त्याला?"

"काय सांगू तुला? अरं, त्याला धड खिळंबी मारायला जमंनात. धा जागी हागून ठेवलंया."

अन्याबानं बजावलं, "कायबी कर, पर धाला म्हंजे धाला नाटक सुरू झालं पायजे बग."

"ते म्या बगतो. कापडं सगळी आली न्हवं?"

"कुठली सगळी? एक हाय तर दुसरं न्हाई!"

"काय न्हाई?"

"अजून सायबी टोपी न्हाई. हीरोला लोकरीचा डरेस न्हाई. हिराईनला जार्जेटची दोन लुगडी तर नगोत? कुटं आलंय हे सगळं?"

"अरं, नाना कुळकर्ण्यांकडं गावतील की कापडं."

"मग ती आणाय काय आत्ता म्या जाऊ? आता तर आठ वाजलं. अवघी दोन का तीन पात्रं रंगली."

"मग बसायचं होतं रंगाय लौकर!"

अन्याबाला हे सहन झालं नाही. तो भडकून म्हणाला, "गुलब्या, आता मी बोलावं तर तुला वाईट वाटंल. एक बत्ती तर होती का हितं मघापतुर? ही सारी एवस्था कुणी करायची? तू का म्या?"

"अरं, मी तरी किती ठिकाणी मरणार?"

"मग हे आधी अंगावरच घ्याचं न्हाई?"

हे ऐकून हेरवाड्यानं मान खाली घातली आणि तो नाराजीनं म्हणाला, "म्हणजे हे सगळं फुडं होऊन करतो ते झाक मारून झुणका खाल्ल्यागतच म्हणा की!"

स्टेजवरनं सुतारानं हाक मारली, "ए गुलाब हेरवाड्या! अरं एऽऽ-"

"आलो – आलो –" असं म्हणून तो तिथंच उभा राहिला. तशी आणि हाक आली, "अरं, अन्याबाला घेऊन जरा हिकडं ये."

मग ते दोघंही त्या स्टेजकडे गेले. दगड-मातीनं तात्पुरतं कमरेएवढं उभं केलेलं ते स्टेज अजून रिकामंच होतं. चारी बाजूंनी वासे आणि एळवाच्या उंच काठ्या तेवढ्या उभ्या होत्या. समोरच्या बाजूला बत्त्या टांगायला एक वासा आडवा बांधला होता. बोडक्या म्हशीगत दिसणारं ते भुंडं स्टेज बघून अन्याबा कळवळून म्हणाला, "गुलब्या, अरं कवा रं उरकणार हे सगळं?"

गुलाब तसा धीरवान पुरुष होता. सहज बोलावं तसं तो म्हणाला, "आत्ता होईल की. लई झालं तर धाचं अकरा वाजतील, पर नाटक व्हायचं थांबतंय व्हय?"

हे दोघं जवळ आले तशी सुतारानं हत्यारं बाजूला ठेवली आणि जवळच एक पिचकारी सोडून तो म्हणाला, "बत्तीची झळ फ्लॅटला लागंल म्हणत होता न्हवं का? त्याचा बंदोबस्त करून टाकला बग."

"काय केलंस?"

"तोंडाचं दोन फ्लॅट हातातभर कापून काढलं वरनं!" लढाई मारल्याच्या आवेशात त्यानं पुन्हा विचारलं, "कसं काय, झॅक केलं का न्हाई."

कापलेले फ्लॅट खाली आडवे पडले होते. मुंडकी उडवल्यावर धड दिसावं तशी कळा त्यांना आली होती. सुताराचा हा पराक्रम बघून अन्याबा डोक्याला हात लावून खाली बसला. इवळून म्हणाला, "अरं येड्या सुतारा, हे रं काय केलंस?"

अन्याबाकडनं शिफारस मिळवायला गेलेला सुतार तोंड वाकडं करून बसून राहिला. झोपलेल्या माणसाला हलवून जागं करावं तसं त्याला हलवून हेरवाड्या म्हणाला, "अरं, फ्लॅट कापलंस तरी कसं? तुझ्या बाचा होता होय त्यो?"

अन्याबा खाली मान घालून बसला तो तसाच. त्याला काय सुचंचना. हेरवाड्या तोंडाला फेस येईतोवर तणतणू लागला तशी सुतारानं आपली हत्यारं गोळा केली आणि काखोटीला मारून तो उठला.

पोटात ढवळून आल्यागत अन्याबा म्हणाला, "अरं, कुठं रं निगालास?"

एक नाही, दोन नाही, न बघता सुतार पुढंच चालला. मग हे दोघंही उठले. त्याला अडवून म्हणाले, "अरं, असं रं काय?"

सुतार तुंबून म्हणाला, "सोडा मला! माझी वाट अडवू नगा."

"चुकलं बाबा. मग तर झालं?"

"मला हे जमायचं नाही. एकाद्या शान्याला बलवा आणि काम करून घ्या."

अन्याबा त्याचा हात धरून म्हणाला, "अरं, चुकलं की आमचं. चल, मागं फीर."

"फुकट राबायचं आणि वर तुमचं बोलून घ्याचं? कोंच्या देवानं सांगितलंय हे?"

जवळ उभा राहिलेला हेरवाड्या त्याच्यापुढे गेला आणि खाली वाकून त्याच्या पायांवर डोकं ठेवून म्हणाला, "बोललो, शान खाल्लं! पुन्यांडाव तोंडातनं शबूद काढला तर मोजून पाच पायतानं मार!"

सुताराला दया आली. तो न बोलता माघारी फिरला. गुंडाळून काखोटीला मारलेली हत्यारं त्यानं पुन्हा सोडली आणि मनाला येईल तसा एकेक फ्लॅट उभा केला. खटाखटा खिळे ठोकत राहिला. त्याला काही सांगायची सोय राहिली नाही. त्याच्या मदतीला उभा राहिलेला हेरवाड्या तोंडचं पाणी पळाल्यागत घाबरा होऊन तो करतोय ते बघत नुसता उभा राहिला. पोटात डचमळून आलं तरी त्यानं तोंड उघडलं नाही.

अन्याबा तिथनं उठला ते रंगपटात जाऊन डोकं धरून बसला. त्याला बघताच मेकपमास्टर काम सोडून म्हणाला, "अन्याबा, काय जरा बगा की आमच्याकडं."

बसल्या बसल्याच तो म्हणाला, "काय बगू?"

"दोन तास झालं – रंगवाय लागलोय राव, तर अजून च्याचा एक घोट मिळाला न्हाई. च्या मागवा राव."

त्याच्या चहाची व्यवस्था करून अन्याबानं खिशातून एक बिडी काढली आणि ती पेटवून तो शांतपणे झुरके घेत बसला. तोवर दारावरचा रामा ल्हावार घाईघाईनं आत आला आणि म्हणाला, "अन्याबा, माणूस बेजान गोळा झालंय बाबा... आता काय ऐकत न्हाईत, सोडू काय त्यास्नी आत?"

"अरं, अजून कशात काय न्हाई आणि तू माणसं कशाला आत सोडतोस?"

"ती काय ऐकत्यात व्हय?"

"ऐकत काय न्हाईत? जा, दारावरनं हलू नगो."

ल्हवार दरवाजापर्यंत गेला आणि पुन्हा माघारी आला, "अन्याबा, ए अन्याबा –"

"काय रं?"

"पाटलांच्या घरची मंडळी आल्यात."

"मग?"

"त्यास्नी आत सोडू न्हवं?"

अन्याबाला कोडं पडलं. काय करावं हे कळंना झालं. आत घ्यावं तर एक, न घ्यावं तर एक. अजून स्टेज उभं राहिलं नाही, पात्रं रंगली नाहीत.

अन्याबा गप उभा राहिलेला बघून तो पुन्हा म्हणाला, "मग काय करू सांग बगू."

बिडीचा एक भक्कम झुरका घेऊन तो म्हणाला, "तिकिटं तर काढल्यात काय त्यांनी?"

ल्हवार हसून बोलला, "खुळं का शानं राव तुम्ही? पाटील मंडळींस्नी तिकीट काढाय लावता व्हय? मग खेळ होईल का तुमचा?"

अन्याबा पुढचं न ऐकता जोरानं म्हणाला, "जा – जा, सोड जा त्यांस्नी आत आणि फुडच्या जाजमावर बशीव त्यांस्नी."

ल्हवार गेला आणि दहा-पंधरा बायका आणि वीस-पंचवीस बारकी पोरं आत आली. पाटलीणबाईंनी सगळी गल्लीच आपल्यासंगं आणली होती. त्यांना बघून अन्याबानं आणि एक बिडी पेटवली आणि तो गुमान रंगपटात गेला. त्याच्या मागोमाग ती बारकी बारकी पोरं धावत-पळत त्या रंगपटात घुसली. त्यांतली काही त्या स्टेजकडे गेली आणि सुताराच्या पायांत घुटमळू लागली. कोणी खाली पडलेले मोळे उचलून खिशात कोंबू लागले. काही त्या रंगीत फ्लॅटवर बोट फिरवून बघू लागले.

रंगपटात मेकपमास्टरच्या भोवती माकडागत सगळी गोळा झाली. गळ्यात गळा घालून बघू लागली. शाळेत मास्तरला प्रश्न विचारल्यागत त्याला विचारू लागली. काही शहाणी पोरं आपलं ज्ञान दुसऱ्याला करून देऊ लागली. पाटलाच्या पोराचं ध्यान वर आडव्या बांधलेल्या दोरीवरील कपड्यांकडं गेलं आणि ते कपडे विस्कटून मोठ्यानं म्हणालं, "ए पोरानू, आमच्या अक्काचं लुगडं बगा हे."

"आमच्या आईचं बी आणलंया की." असं म्हणून दुसरं पोरगं धावलं.

"आमच्या दादांच्या कोट हाय का रं त्यात?" असं विचारून ते तिसरं पोरगं कोट शोधू लागलं. तशी एका अंगानं दोरी खाली आली आणि सगळी कापडं उभ्यानं ढासळली.

अन्याबा ओरडला, "ए पोरानू, चला भाईर व्हा – आधी भाईर व्हा!"

पोरं जागची हलंनात तसा तो उठला. एका अंगानं सगळी पिटाळू लागला. जाता जाता एका पोरानं त्या पाटलाच्या पोराला सांगितलं, "त्यो बग त्यो पाव."

"कुठं रं?"

"त्यो काय त्यो खुर्चीवर हाय."

ती सगळी पोरं बाहेर हाकलून अन्याबा आत आला, तसा रामा ल्हवार पळत येऊन म्हणाला, "नाना कुळकर्ण्यांची माणसं आल्यात."

अन्याबा फुकट तावला. ओरडून म्हणाला, "मग काय करू?"

"त्यांस्नी आत सोडू न्हवं?"

"जरा थांबा म्हणावं भाईर. नाटक काय संपत न्हाई तवर."

"ते म्हंत्यात, आम्हाला आत सोडा, न्हाईतर आमची कापडं परत द्या."

अन्याबा खेकसला, "सोड, सोड - त्यास्नी आत सोड."

ल्हावार गेला आणि अण्णू वड्डु अन्याबाकडे येऊन म्हणाला, "सायबी टोपी गावली न्हाई व्हय?"

"न्हाई."

"आणि कोट-पाटलून?"

"तेबी न्हाई."

मग वड्डु इरमून बोलला, "आयला, मग त्या कामात काय चव राहिली राव?"

ह्यांचं बोलणं ऐकून इतर पात्रंही गोळा झाली. हीरोची भूमिका करणारा भीमा पाटील रडव्या सुरात म्हणाला, "अन्याबा, आमचा डरेस गा? त्या लव शीनला उलनची पाटलून न्हाई आनि मग कसा शीन वाटणार त्यो? माझं काम सपशेल पडणार! सगळा चुतडा उडणार कामाचा! माझं ऱ्हाऊ द्या, हिराईनला जार्जेटचं लुगडं तर नगो व्हय तवा?"

लालभडक तोंड रंगवून बसलेला पाटलाचा शिद्दा धमकीवजा बोलला,

"अन्याबा, जार्जाटचं लुगडं नसंल तर म्या न्हाईबा काम करनार!"

अन्याबाचं डोकं उठलं. त्या तावात त्यानं दोरीवरचे सगळे कपडे विस्कटले आणि नाटकातल्या स्वगतागत तो आपल्याशीच बोलू लागला, "म्हैनाभर बोंबलतोय की बाबांनो, कापडं जमवा. हितं एकट्यानं काय जीव द्यायचा? त्यो हेरवाड्या तर नुसता पळून खेळतोय. एक काम धड न्हाई... कापडं कापडं काय करता - एका तासात गोळा करतो म्हणं! ह्याच्या बानं शिवन ठेवल्यात का न्हाई कापडं!"

अन्याबाचा पट्टा जोरात आला होता; पण मेकपमास्टरनं मध्येच हाक मारली आणि तो बोलायचा थांबला, "काय हो?" म्हणून बघत राहिला.

मेकपमास्टर हसून म्हणाला, "जरा हिकडं या."

"काय?"

तो जवळ गेला तसा मेकपमास्टर म्हणाला, "दाढी न करताच रंगवायचं व्हय ह्यांस्नी?"

रंगायला बसलेला शिर्के समर्थन करू लागला, "अरं बाबा, कालच केलीया दाढी. आता काय सांगावं ह्यांस्नी?"

मेकपमास्टर म्हणाला, "आणि पावनं, मिशा कुणी काढायच्या?"

शिर्के निश्चयानं बोलला, "म्या न्हाई बाबा मिशा काढणार! आई-बा हैत माझं. मिशा बोडल्या तर बा काय म्हणंल मला?"

"आणि मग हो कसं रंगवायचं?"

अन्याबा कळवळून म्हणाला, "माझे आई, पाया पडतो तुझ्या! जा, लौकर जा. दाढी-मिशा दोन्ही खरडून घे जा. अरं जा की. ऊठ."

शिर्क्याचा धनाजी चुळबूळ करीत उठला आणि खालच्या पट्टीत सूर लावून म्हणाला, "अन्याबा, माझ्या भूमिकेला मिशा हैत न्हवं?"

"हत की."

"मग मिशा बोडायचं काय कारान?"

"त्या काढून दुसऱ्या लावायच्या."

"मग एवढी उसाबर करण्यापरास हैत त्या असंनात का!"

"तुला ते न्हाई कळायचं. तू आधी जा बगू."

नाईलाजानं शिर्के निघाला. रात्रीचाच न्हाव्याच्या घरला चालला. मुळातल्या चांगल्या मिशा खरडून दुसऱ्या कशापाई लावायच्या हे कोडं त्याला उलगडेना. तो गेला आणि तो केव्हा परत येतोय ही काळजी करत अन्याबा बसून राहिला. तसा मेकपमास्टर म्हणाला, "अन्याबा, च्याचा दुसरा फेर येऊ द्या की राव!"

"करतो एवस्था. जरा थांबा."

मेकपमास्टरनं पुन्हा विचारलं, "ह्येच्या मागं नाटकं बशीवल्यात न्हवं तुम्ही?"

"बशीवल्यात की."

"मग कसलं म्हाइतगार हो तुम्ही?"

"काय झालं?"

"राव, च्याचं आधान हिकडं सारकं चुलीवर चडल्यालं पायजे! शे-दीडशे कप तरी च्या लागणार न्हाई व्हय आज तुम्हाला? असं धादा च्या मागवून कसं भागलं?"

अन्याबाच्या काळजात भसकाच पडला. तो ह्या चहाच्या विचारात गढून गेला. तोवर बाहेर गल्ल्यावर बसलेला एक गडी आत आला. त्याला बघून अन्याबा म्हणाला, "काय म्हंतीया इक्री?"

"कशाची इक्री?"

"काय झालं?"

"आवगा धा-पाच रुपयाचा गल्ला जमलाय."

अन्याबानं उपाय सुचवला, "अरं, मग बाजा वाजवा म्हणावं की जोरात."

"कशाला?"

"त्याबिगार लोक कसं जमणार?"

"अन्याबा, माणसांचा तुटवडा न्हाई. सारं गाव सांडलंया भाईर. पर तिकीट काडाय नगो व्हय त्यांनी? तेच इचाराया आलोय. चार आण्यांची दोन आण्याला तिकीटं इकायची काय?"

अन्याबा म्हणाला, "मला काय इचारू नगा. जावा. त्या हेरवाड्याला सांगा जावा. त्याच्या इचारानं काय ते ठरवा."

एवढ्यात ल्हवार आला आणि म्हणाला, "नाटकात कामं करणाऱ्यांची माणसं या लागल्यात. त्यांस्नी सोडू न्हवं आत?"

"किती हैत?"

"मॉप शे-पन्नास हैत."

अन्याबाचे डोळे पांढरे झाले. आणि नाटकातलं एकेक पात्र येऊन सांगू लागलं, "माझी धा हैत."

दुसरा म्हणाला, "माझी ईस सोडा बरं का."

अन्याबा एकदम ओरडून म्हणाला, "जा. सोड जा. सगळी येऊ द्यात."

ल्हवार गेला. गुलाब हेरवाड्या रिंजिशा तोंडानं येऊन उभा राहिला आणि म्हणाला, "अन्याबा, मर्दा, फुडचा पडदाच गावंना झालाय."

"थो त्याच्या!" असं म्हणून अन्याबानं कपाळावर हात मारला आणि विचारलं, "मग आता रं?"

"घोंगडी जोडू?"

"अरं, घोंगडी लई इचित्र दिसतील!"

"मग पालपट्ट्या बगू."

"काय सांगू तुला आता!" असं म्हणून तो गप्पच राहिला. त्याला शांत बसलेला बघून मेकपमास्टरनं पुन्हा एकदा आठवण दिली,

"अहो, मेहेरबान, च्या येतोय न्हवं? च्याचं बगा की राव काय तरी?"

"अहो, चहा सांगितलाय. जरा दमानं घ्या की." असं म्हणून अन्याबा उठला आणि बाहेरच्या आवारात जाऊन गार वाऱ्याला उभा राहिला. तिथनं त्याला स्टेज दिसत होतं.

स्टेजवर पाच-पंचवीस पोरं नाचत होती. त्या पोरांना बघून भर पिकात जनावरं घुसल्यागत त्याला वाटलं. तो तळतळून म्हणाला, "गुलब्या, काय रं त्यो दंगा?"

"कोन ऐकतंय व्हय तिथं?"

"आणि काय फ्लॅट उभा केलाय रं त्यो?"

"आता त्यात काय चूक काडू नगोस. हाय हे धर्माचं मानून चालायचं बग. म्या बघतो त्या पडद्याचं काय तरी." असं म्हणून हेरवाड्या स्टेजकडे निघून गेला आणि अन्याबा खाली बसून मातीत रेघोट्या ओढीत राहिला.

लक्ष्मीच्या देवळाचं ते पटांगण माणसांनी खच्चून भरून गेलं. दहा वाजून गेले होते. गोमगाला वाढला होता. माणसं टोळक्यांनी गप्पा हाणत बसली होती. एक बिडी दहाजणांत फिरत होती. बायका निष्कारणी कालवा करीत होत्या. मोठमोठ्यानं तोंड वाजवीत होत्या. काही 'आ' करून आळस देत होत्या. तपकीर ओढून पेंग घालवत होत्या. अंगावरची पोरं मध्येच किंचाळत होती. काही थानं तोंडात धरून गप्प होती. दहा-बारा वर्षांची पोरं मात्र हुदुल्या घालत होती. मधनं पळत होती. पाठ शिवून खेळत होती. पळता पळता ठेचाळत होती, आणि लहर आली म्हणजे शड्डू मारून कुस्ती खेळत होती. नाटक केव्हा का सुरू होईना, त्यांना त्याची काळजी नव्हती.

रंगपटात मात्र घायटा उडाला होता. तोंडं रंगवलेली पात्रं कोणी कपडे करून तयार होती, तर कोणी 'ह्या परवेशाला म्या काय घालू?' असं अन्याबाला दहादा विचारत होती. दहाजणांशी दहादा बोलून त्या बिचाऱ्याचं तोंड दुखत होतं. स्त्रीपार्टीचा मेकप अजून चालला होता. हिरॉइनला टोप घालून तयार केलं होतं. टोप घातल्यावर पाटलाचा शिद्या अन्याबाकडे आला आणि म्हणाला, "आता लुगडं नेसल्यावर म्या कुणाला वळकून येनार न्हाई न्हवं?"

अन्याबा म्हणाला, "न्हाई रं - तू काळजी करू नगंस. तुला पाटलाचा शिद्या असं कोण म्हणायचं सुदिक न्हाई."

तरी शिद्यानं विचारलं, "आमचं आबा आल्यात का हे बगितलंय का?"

तोवर एकजण आत येऊन विचारू लागला, "साडेधा वाजून गेलं. दुसरी घंटा देऊ काय?"

"कोण घंटा देतोय त्यो?" असं म्हणून अन्याबा खवळला. तसा तो बिचारा गुमान निघून गेला. तो गेल्यावर अन्याबा पुन्हा म्हणाला, "सगळ्यांचा लांडा कारभार नग हितं."

अन्याबाचा ताव निवायच्या आतच गावचे सरपंच तपकिरे आत गेले आणि म्हणाले, "कुठं हाय त्यो अन्याबा?"

"काय, म्या हाय न्हवं हितं?" असं म्हणून तो पुढं आला.

तपकिरे म्हणाले, "कवासं खेळ सुरू करता? सुरुवात करा आणि मग वाटल्यास मधी विश्रांती घ्या की."

अन्याबा म्हणाला, "आता ह्यांस्नी पातळं नेशीवली म्हंजे झालंच."

"तवर दुसरी घंटा तर द्या. म्हंजे धीर तर निगंल."

अन्याबा म्हणाला, "बरं, बरं देतो. जा रं, कुणीतरी दुसरी घंटा द्या जावा."

सरपंचाचं जाता जाता सहज लक्ष स्त्रीपार्टीकडे गेलं आणि बारीक बघून ते म्हणाले, "आबा पाटलांचा शिद्दा काय त्यो?"

"व्हय, शिद्दाच."

"अरं, पाटलाला पसंत कसं पडलं हे?" असं म्हणून ते रंगपटातनं बाहेर पडले. दुसरी घंटी खणखणली. शिट्ट्या आणि आरडाओरडा सुरू झाला, आरोळ्या उठू लागल्या - आणि रंगपटात गोंधळ माजला. त्या गोंधळातच पाटलाचा शिद्दा ज्याला-त्याला विचारू लागला, "आमचं आबा आलं न्हाईत न्हवं?"

अन्याबा ह्या गोंधळानं उरी फुटला होता. त्याला काही सुचेना म्हणून तो एका कोपऱ्यात जाऊन खाली बसला. तसा मेकपमास्टर म्हणाला, "अन्याबा, ह्या स्त्रीपार्टीच्या छातीला हो काय लावायचं ?"

"ते पाव काय झालं?"

"कुठलं पाव?"

"त्या खुर्चीवर ठेवलं होतं की."

मेकपमास्टर हसून म्हणाला, "ते व्हय? ते मघाशीच कुणी गप्प केलं बाबा!"

अन्याबा धांदरटागत नुसताच त्याच्या तोंडाकडे बघत राहिला. खुळ्याची चावडी आणि मीराबाईची मशीद अशातली त्याची गत झाली. तोवर पाटलाचा शिद्दा म्हणाला, "अन्याबा, मला झंपार न्हाईत की हो."

अन्याबा ओरडून म्हणाला, "अरं, ती काय छपन्न पोलकी दोरीवर पडल्यात न्हवं? डोळं फुटल्यागत असं रं काय कराय लागलायसा सगळीजणं?"

शिद्दा केविलवाण्या स्वरानं म्हणाला, "माझ्या अंगाचं एकबी न्हाई त्यात."

तसा अन्याबा उठला. तरातरा स्टेजकडे गेला. त्याला बघून सामान मांडण्यात गढून गेलेला हेरवाड्या म्हणाला, "थो त्यच्या! अन्याबा, अरं ते काचंचं कपाट आणि एक तिजोरी लागतीया न्हवं हितं?"

अन्याबा फाडकन म्हणाला, "ते राहू द्या खरं, आधी स्त्रीपार्टीला पोलकी न्हाईत त्याची काय वाट? जा, आधी पोलकी पैदा कर जा. त्या शिद्याच्या मापाचं पोलकं आण जा कुटनं तरी."

हेरवाड्याला घामच फुटला. रात्रीचे अकरा वाजलेले. आता पोलकं आणायचं कुठून? कुणाच्या दारात जावं? तो म्हणाला, "आता पोलकं कुटनं रं आणू?"

"मला काय सांगतोस?"

"व्हय, खरं हाय तुझं. अंगावर जोखीम घेऊन चुकलो." असं म्हणून तो

स्टेजवरनं खाली उतरला. विचार न करताच निघाला. चांगला दरवाजापर्यंत गेला आणि तिथनं परत येऊन म्हणाला, "सगळं व्हय, पर त्या शिद्याचं माप कसं कळायचं?"

अन्याबा विचारात पडला. त्याला माप कसं काढावं हा एक तिडाच पडला. बुचकळ्यात पडलेला हेरवाड्या म्हणाला, "जातो-धा-पाच मोठी मोठी बघून आनतो गोळा करून." असं म्हणून तो धूम पळाला. तो गेला तसा अन्याबा पुन्हा रंगपटात आला. तो आत शिरता शिरताच एकजण म्हणाला, "दाढी कराय गेलेल्या शिर्क्याचा अजून पत्त्याच न्हाई."

अन्याबाच्या पायांत कापरंच भरलं. उभं राहायचं होईना तसा तो खाली बसला. पात्रांचा दंगा उसळला होता. बाहेरून शिट्ट्या-आरोळ्या आत येत होत्या. एवढ्यात सरपंच तावात येऊन म्हणाले, "खेळ सुरू करता का जावं आम्ही? कशात, खोळंबलंया तरी कशात?"

अन्याबा रंजीस येऊन बोलला, "जरा दम धरा. स्त्रीपार्टीला पोलकीच न्हाईत, तर खेळ कसा सुरू करायचा?"

एवढ्यात हेरवाड्या पळत येऊन म्हणाला, "पोलकी न्हाई गावली, पर ह्यो भटीचा पांढराफेक शर्ट आणलाया. हातुपं दुमडून घालू याकी. त्याला काय होतंया?"

सरपंचांनी घाई केली – "मग काम भागलं न्हवं? तिसरी घंटा द्या बगू मग."

अन्याबा कष्टानं म्हणाला, "अहो, आता काय सांगायचं तुम्हांला? अजून एका पात्राचा पत्त्याच न्हाई!"

लगेच एकानं सल्ला दिला, "तिसरी घंटा द्या. आला तर येऊद्या - न्हाई तर कटाप करा की तेवढं काम!"

सरपंच पुन्हा म्हणाले, "द्या-द्या, घंटा द्या आधी."

अन्याबा लटलट कापत उभा राहिला. हेरवाड्याला म्हणाला, "अरं, त्या शिर्क्याला बग जा की कुठं मेलाय त्यो!"

हेरवाड्या मोठ्या दमाचा माणूस होता. तो लगालगा बाहेर गेला. सरपंचही मग बाहेर पडले. रंगपटात जरा सामसूम झाली, तसा मेकपमास्टर म्हणाला, "अन्याबा, तिसरी घंटा व्हायच्या आधी एक च्याचा फेर येऊ द्या."

त्याला नेऊन चहाच्या हंड्यात बुडवावं असं त्याला वाटलं. हिकडे नाटक खोळंबलंय आणि ह्याचा चहावाचून जीव चाललाय! आता काय करावं तरी काय?

शिट्ट्या जोरजोरानं ऐकू येऊ लागल्या. कान किटून गेले. त्या आरोळ्या जशा कानांवर येतील तसा अन्याबाच्या जीव खाल-वर होऊ लागला. तो बसल्या जागीच बसून राहिला. आणि एकाएकी कुणीतरी म्हणालं, "शिर्क्या आला! शिर्क्या आला!"

शिर्के आला, पण सगळेच त्याच्या अंगावर खवळून उठले. कुत्री भुंकावीत तसे ओरडू लागले. आणि चहा न मिळालेला मेकपमास्टर संथपणानं त्याचं थोबाड रंगवू लागला.

बाहेरच्या गोमगाल्यात जाण्याची अन्याबाला छाती होत नव्हती. तो त्या रंगपटात अस्वस्थपणानं फेऱ्या मारत म्हणाला, "आवरा. आवरा. कसंतरी रंगवून लौकर मोकळं करा."

शिर्के आल्याची बातमी स्टेजपर्यंत पसरली आणि परस्पर तिसरी घंटा झाली. पालपट्ट्यांचा तो पडदा वाकडातिकडा झुलत वर गेला, तसा स्टुलावर उभं राहून फोटो लावत असलेला सुतार गडबडीनं खाली उतरला आणि स्टुल आणि फोटो तिथंच टाकून विंगेतनं चलाकीनं बाहेर पळाला. पायपेटीतनं सूर निघाले. डग्गा घुमू लागला.

तिसरी घंटा होताच रंगपटात गोमगाला उडाला. गोळीबार झाल्यावर माणसं वाट फुटेल तिकडे पळावीत तशी पात्रं पळून खेळू लागली. दोरीवर टाकलेले कपडे पायाखाली आले. मेकपमास्टरनं चहा पिऊन रिकामी करून ठेवलेली कप-बशी जागच्या जागी ठार झाली. हादग्यात पोरींनी फेर धरावा तसा अन्याबाभोवती त्यांनी फेर धरला. तोवर एकजण कतरून ओरडलं, "अरं, वेंट्री आली वेंट्री!"

कुणाची एंट्री आली हेच समजेना. आणि तशातच पाटलाचा शिद्या विचारू लागला, "आबा आल्यात काय आमचं?"

अन्याबा तावून म्हणाला, "शिद्या, लेका, तुझीच एंट्री आली. जा, पळ."

पातळाचा घोळ सावरत शिद्या स्टेजकडे पळत सुटला. शिट्ट्या कानावर आल्या तसा त्याचा निम्मा जीव गेला. छाती भात्यागत वर-खाली होऊ लागली. नरड्यात काहीतरी अडल्यागत झालं आणि त्याला आपल्या भाषणाची सरुवातच आठवेनाशी झाली. तो मागं वळून म्हणाला, "अन्याबा, माझं कोंचं भाषान हो? पहिला शबूद सांगा लौकर."

"अरं, आधी आत घूस. प्रामटर सांगंल की चुकंल तिथं."

विंगेतनं त्याला कोणीतरी आत ढकललं, तसा प्रेक्षकांत कालवा उडाला. शिद्याच्या तोंडातनं शब्द फुटेना, मग प्रॉमटर ओरओरडून वाचू लागला. तेच बाहेर ऐकू येऊ लागले आणि प्रेक्षक ते चित्त देऊन ऐकू लागले.

टाळ्या, शिट्ट्या, आरोळ्या थांबल्या. स्टेजवरचे संवाद खड्या आवाजात होऊ लागले. पट्ट्याच्या फेकीगत पात्रांचे हातवारे दिसू लागले आणि प्रेक्षक दांडग्या कुतूहलानं ते न्याहाळत बसले. एकेका पात्राला हळूहळू ओळखू लागले. इंजन सुरू करून ड्रायव्हरनं विसावा घ्यावा तसा अन्याबा नाटक सुराला लागल्यावर रंगपटात येऊन बसला. त्यानं खिशातनं एक बिडी काढली आणि समाधानानं तो झुरके घेत राहिला.

सगळं आवरून हेरवाड्याही रंगपटात आला. एक हुंकरा टाकून अन्याबाला म्हणाला, "पाटलाचा शिद्या काय दिसतंय रं! कुनाला वळकून येत न्हाई. अक्षी सुदमूद पोरगी म्हनंनास! चल, जरा भाईर तर चल. एक चक्कर मारून येऊ."

अन्याबा उठला. मग ते दोघंही बाहेर येऊन उभे राहिले. नाटक आता सुराला लागलं होतं.

एवढ्यात काय झालं कुणाला ठाऊक, त्या गर्दीतनं एक भला धिप्पाड माणूस एकाएकी उठून उभा राहिला आणि कचाकचा कणिक तुडवावी तशी पायांखाली माणसं तुडवीत तो स्टेजकडे निघाला. त्याच्या पटक्याचा शेमला चांगला टाचेपर्यंत लोंबत होता.

हेरवाड्या घाबरा होऊन म्हणाला, "अन्याबा, अरं ह्यो शिद्याचा बा!"

बघता बघता तो स्टेजवर चढून गेला. कोंबड्याची मानगूट पकडावी तशी शिद्याची मानगूट धरून त्यानं त्याला विंगेतनं बाहेर ढकलून दिलं. त्या गचांडीसरशी ते पोर रंगपटाच्या दारात आलं. अंगात वाळवाण पसरावं तशी त्या पटांगणात पसरलेली ती माणसं एकाएकी उठून उभी राहिली. काही स्टेजवर गेली, काही रंगपटात घुसली.

अन्याबा आणि हेरवाड्या पळत पळत पाटलाकडे आले. काकुळतीला येऊन म्हणाले, "पाटील, हे काय? नाटक बंद पाडता व्हय?"

पाटलानं शिद्याच्या पातळाचा पदर धरून एक हिसका मारला, तसं पोर त्याच्या पायांत आडवं आलं. त्याला पकाका लाथा घालून तो म्हणाला, "पुरसाच्या जातीला येऊन लुगडं नेसतोस? पोटाला येऊन अब्रू घालवलीस लेका घराण्याची! आधी फेड, फेड ते लुगडं!"

अन्याबा पुढं होऊन पाटलाचे पाय धरून म्हणाला, "पाटील, हे काय करतासा? नाटक बंद पाडतायसा व्हय?"

पाटील चवताळला. अन्याबाच्या झिंज्या धरून त्याला वर उचलत तो म्हणाला, "पाटलाच्या पोराला लुगडं नेशीवतोस? नाटकाची एवढी हौस हाय तर आण की तुझ्या बायकूला! नेशीव लुगडं आणि नाचीव हितं!"

असं म्हणून शिद्याची एक तंगडी त्यानं हातात धरली आणि कुत्रं ओढावं तसं दरादरा ओढत तो तिथनं बाहेर निघाला. सापाला बघून गवतानं भांग द्यावी तशी माणसं गडबडीनं वाट करून देऊ लागली.

दरवाजात गेल्यावर पाटलानं त्याची तंगडी सोडली. शिद्या लटालटा कापत घराकडे चालला. तोंडानं शिव्या देत आणि हातानं बुक्क्या घालत पाटील त्याच्या मागनं निघाला.

■

भान

तिन्हीसांज टळली होती. गुराढोरांच्या पायांनी उडालेला फफुटा नीट खाली बसला होता. तिसऱ्या प्रहरी सुटलेल्या वाऱ्यानं हलून हलून रानातली झाडं आता थंड उभी होती. पांदीचं पिंपळाचं झाडसुद्धा मुक्यानं उभं होतं. गावाच्या वेशीत जाऊन मिळणारी ती पाणंद अगदी निपचित पडून होती. पांदीच्या दोन्ही अंगांना मातलेल्या घाणेरीची लाल-पिवळी फुलं काळोकीनं दिसून येत नव्हती, पण त्यांचा दर्प नाकात घुसत होता. घाणेरीला लागूनच निवडुंगाची दाटी होती. वाकफड्याचे गड्डे मांडी ठोकून बसले होते. मध्येच एखादं हिरवंगार करंजीचं झाड दिसत होतं. जांभळीची, आंब्याची, निंबाची झाडं अंतरा-अंतरानं उभी होती. पण सगळं शांत होतं. कुठं खुट नाही, कसला आवाज नाही. पण मध्येच एखादी वाऱ्याची झुळूक आली की पिंपळाची पानं हलायची, बांधानं पडलेला रवंदारपटा उडायचा आणि त्या आवाजानं अंगावर काटा उभा राहायचा.

त्या पांदीला येऊन मिळणाऱ्या दुसऱ्या एका वाटेनं दोन सायकली भरवेगानं आल्या आणि त्या पिंपळीजवळच्या फफुट्यात येऊन उभ्या राहिल्या. चाकाला ब्रेक घासून टर्रर्र असा आवाज झाला. त्या आवाजानं पिंपळीवरची वाघरं जागी झाली. खाली जमिनीवर आलेल्या चिंचुद्र्या वारेमुंग्यांची एक रांग पोटाखाली चिरडीत सरसर झाडावर चढल्या.

सायकलीवरनं खाली उतरल्यावर बाळू म्हणाला, ''दादा, सायकलीचं दिवं इजवू या?''

दादानं न बोलताच दिव्याचं पुढचं टोपण उघडून वात फुकून टाकली. दोन्ही दिवे विझले तसा राकेल तेलाच्या वातीच्या धुराचा वास पसरू लागला. दादू हळू आवाजात म्हणाला, ''बाळू, पिसवीतला दांडा काड भाईर.''

बाळूनं हँडलला अडकवलेल्या एका किलतानाच्या पिशवीतला कुऱ्हाडीचा दांडा बाहेर काढून दादाच्या हातात दिला. तसा दादा म्हणाला, "फरशी आन हिकडं."

मग त्यानं पिशवीतली फरशी काढून दिल्यावर दादानं दांड्याला फळ लावलं आणि त्या वीतभर लांब फरशीवर बोटं फिरवून तो म्हणाला,

"बाळू -"

"काय?"

"काय न्हाई. सायकलीचा भाला सोडून हातात घे."

भाला सोडायला बाळू खाली वाकला आणि वरच्या अंगानं एकाएकी बैलाच्या गळ्यातलं चाळ ऐकायला आलं. तसा पुढं वाकलेला बाळू चलाकीनं ताठ उभा राहिला. अंगात कापरं भरल्यागत होऊ लागलं. एक भला मोठा श्वास त्यानं छातीत कोंडून धरला आणि त्या अंधारात आपल्या दादाचं तोंड तो न्याहाळू लागला. आपल्याकडे तोंड फिरवून उभ्या असलेल्या आपल्या धाकट्या भावाच्या तोंडाजवळ तोंड नेऊन तो म्हणाला, "बाळ्या, का रं?"

श्वासाचा एक घुटका गिळून तो म्हणाला, "दादा, वरनं गाडीचा आवाज येतूया जनू."

"मग काय बिगाडलं?"

"न्हाई - सांगितलं."

"मला ऐकाय कान न्हाईत व्हय?"

"न्हाई - आपलं सांगितलं."

मग दादानं त्याची मानगूट धरून विचारलं, "बाळ्या, लेका भ्यालायस काय रं?"

आपली धाप आवरून तो म्हणाला, "भ्याला काय भागुबाई हाय व्हय? काय काकनं भरल्यात?"

"न्हाईतर बग - आत्ताच पळ काड कसा!"

बाळू कावला. जरा वरच्या आवाजानं म्हणाला, "उगा न्हाई ते बोलू नगो!" असं म्हणून तो खाली वाकला आणि काथ्यानं बांधलेला भाला सोडू लागला.

बैलांच्या गळ्यातले चाळ मोठ्यानं आवाज करू लागले. गाडीची धावही वाजू लागली. तसा दादा म्हणाला, "बाळू, गाडी आली जनू."

"व्हय, तेच म्हंतूया म्या."

"सायकली घेऊन त्या कोपऱ्याला जाऊ या?"

"आणि कोन रं - का हुबा हाय, म्हणूनशान इचारलं तर?"

"अरं, अडुशाला ऱ्हायचं तिथं."

"चल तर मग."

मग ते दोघंही सायकली घेऊन पांदीच्या एका कडेला येऊन उभे राहिले. गाडी जवळ आली होती. खाचखळग्यांतनं आणि दगडधोंड्यातनं गाडी धडाधड आवाज देत येत होती.

बाळू म्हणाला, "हितं असं ऱ्हाण्यापरास हातांत गाड्या घेऊन असंच पांदीनं वर-खाली फिरत ऱ्हायलो तर?"

"गप्प हुबा ऱ्हा. त्याला काय हुतंया?"

बाळूनं जोरानं श्वास आत ओढून घेतला आणि सायकलीचं हँडल घट्ट आवळून धरून तो उभा राहिला. एकाएकी गारठ्यानं अंग लटलट हलू लागलं, तसं त्यानं दात खाऊन आपलं दाडवान गच्च आवळून धरलं आणि सायकलीला रेटा देऊन तो उभा राहिला.

मध्येच दादा म्हणाला, "बाळ्या, कापाय लागलाईस व्हय रं?"

"न्हाई, वाईस गारटा पडलाया."

"लेका, उकाड्यानं शिजाय लागलंय आणि गारटा कुटला तुला? हे बघ, त्वा जातूस क्रा मागारी?"

बाळू एकाएकी ताठ उभा राहून म्हणाला, "आईच्यान् म्या भ्यालो न्हाई! सुटली म्हन."

"सुटली!" म्हणून तो पांदीकडे बघू लागला. बाळूला हातानं मागं दाबत म्हणाला, "ऱ्हा असा माझ्या मागं."

गाडी जवळ आली. चाळ वाजू लागलं. गाडी त्यांच्या अंगावरनं पुढं निघून गेली. ती जरा लांब गेली आणि बाळू म्हणाला, "देसायाची गाडी जनू."

"कोण का मसन्या असंना - आपल्याला काय? चल पिपळाखाली."

"आणि हितंच ऱ्हायलं तर?"

"अरं, ते आपल्याला दिसाय नगो व्हय लांबनं? काय समोरनं जाताना नुसतं त्वांड बघणार हैस व्हय त्यांचं?"

"न्हाई. चल."

दोघंही बांधावरनं खाली पांदीला उतरले. खालचा फफुटा तळव्याला गार लागत होता. मुरमाचे खडे टोचत होते. ते दोघंही पांदीनं त्या पिंपळाच्या झाडाकडे चालले होते. तवर बाळू दादाचा हात ओढून एकाएकी म्हणाला, "अरं, थांब."

तो जागच्या जागी थबकून म्हणाला, "काय रं?"

"आडवं काय पडलंया बग की."

"कुटं रं काय?"

"ते काय ते."

"लेका, ते उसाचं वाडं हाय न्हवं!"

"मला वाटलं, लांबडा पडलाय जनू."

"न्हाई ते बोलतंय!"

"न्हाई ते कसं? राच्चं फफुटा खायला येत्यात रं."

"येऊ द्यात. चल."

ते दोघं पुन्हा पिंपळाखाली येऊन उभे राहिले. दादा पांदीच्या वरच्या अंगाला डोळे लावून उभा राहिला, तसा बाळू म्हणाला,

"दादा, काय टायम झाला असंल?"

"कशाला पायजे तुला टायम?"

"न्हाई - अजून का येऊ ने म्हणून म्हंतो रं."

"आता ईलच की. येळ भरली याच की त्याची."

"येतोया तर का न्हाई कुनाला दक्कल!"

"काय लेका बोलतोयस!" असं म्हणून दादा म्हणाला, "भाल्याला फळ तर नीट लावलंयस का?"

"हे बग की." असं म्हणून त्यानं भाला सबागती समोर धरला. चटक्यानं माघारी होत त्याचा दादा म्हणाला, "बाळ्या लेका! डोळा फोडत होतास की माझा! सुद्द उडाली काय रं तुझी?"

मग ते दोघंही न बोलता बराच वेळ तसेच उभे राहिले. आता सगळीकडं सामसूम झालं होतं. नांगरलेल्या जमिनी वर आभाळाकडे बघत उताण्या पडल्या होत्या. वारा थबकला होता आणि झाडांची पानंही हलत नव्हती. पांदीच्या वरच्या अंगाला उघडाबोडका माळ लांबवर पसरला होता. बाळू आणि त्याचा दादा तिकडे नजर लावून उभे होते.

"बाळू..."

"ओ!"

"सावद ऱ्हा बरं का."

"हाय हाय... काय काळजी नको."

"आता त्याची वेळ झाली बरं का."

"येऊ द्या की! भाला धरून समोर हुबा हैच की म्या!

"लई येळ लावायचा न्हाई बग. दंगा झाला म्हणजे वरच्या वस्तीला चाहूल लागाय येळ न्हाई म्हनंनास."

"तर काय! गोमगाला करत बसून चालायचं न्हाई. कोन बगतंय न्हाई तवर सुटाय पायजे अन् -"

थोडा वेळ गेला आणि मध्येच बाळू म्हणाला, "दादा, त्या माळावर कोन

दिसतंय काय रं तुला?"

"कुटं हाय कोन?"

"नीट वाटनं बग की."

"कुटं रं कोन हाय?"

"अरं, ते काय त्ये - हे बग माझ्या डोळ्यानं."

दादानं त्याच्या तोंडाजवळ तोंड नेऊन त्यानं दाखवलेल्या दिशेकडे नीट नजर लावून बघितलं आणि लांब होत तो हसून म्हणाला, "बाळ्या, अरं ते माळावरचं आपट्याचं झाड हाय न्हवं! काय लेका नजर तुझी!"

मग दादानं खिशातली तंबाकू काढून डाव्या हाताच्या तळव्यावर घेतली आणि पत्र्याच्या डबीतला अंगठ्याच्या नखानं चुना काढून घेऊन तो तंबाकू मळत राहिला. त्या माळवाटेकडे बघत तो दमानं तंबाकू चोळू लागला. ती चोळता चोळता मध्येच थांबून त्यानं आपले डोळे बारीक केले आणि किलकिल्या डोळ्यांनी लांब पल्ल्यावर नजर फेकून त्यानं मळलेली तंबाकूची फकी तोंडात टाकली. तंबाकूचा बार भरल्यावर नजर तशीच लांबवर ठेवून तो आपल्या भावाला म्हणाला, "बाळू, सायकल या लागलीया बरं का."

"पर दुसरं कोन नसंल न्हवं?"

"लेका, काय तरी आडामोडा घालू नगंस! दुसरा कशाला मराय येतूया हिकडं? आन् निगालाच दुसरा तर सोडला त्याला."

"न्हाई - आपली नावंबिवं ह्याचा रं."

"अरं, खून पटली म्हंजेच आडवं जायाचं."

"पर ह्या अंधारात त्याला लांबनं वळकायचं कसं?"

"त्या जांभळीपतुर गडी आल्याला वळकंल का न्हाई सांग."

"ह्या काळुकीनं काय सांगाय येतंय?"

"म्या वळीकतो. ती काळजी तुला का?"

त्या माळवाटेनं सायकलीचा दिवा जवळ येऊ लागला. सायकल हाणणारा तो गडी त्या अंधारातही अंधुकअंधुक दिसू लागला. डोक्यावरचा बुट्टीगत दिसणारा फेटा आणि अंगातली पैरण हळूहळू दिसू लागली. सायकल त्या जांभळीच्या झाडाला वळसा घालून पुढं आली आणि बाळू म्हणाला, "दादा, सायकल जवळ आली."

"बाळू, चल हो फुडं. आडव्या सायकली लावून हुबं ऱ्हाऊ."

"पर नीट बघून तर घे."

"अरं, चल आडवा आधी."

त्या माळवाटेनं येणारी सायकल पांदीला लागली. फफुट्यात चाक रुतून

घसरू लागलं, तसा सायकलीचा वेग आत आला. उगा आपला 'रँव रँव' करीत गडी सायकल मारत होता. कुठं चाक घसरू नये, काटा लागू नये, ठोकर लागू नये, म्हणून खाली वाटेकडे ध्यान देऊन तो पायडल हाणत होता. गाडी पिंपळाच्या झाडाखाली आली आणि आडव्या सायकली बघून त्या गड्याच्या पोटात एकाएकी खड्डा पडला. तवर सायकलीच्या प्रकाशात दोन दैत्यागत असामी समोर उभ्या असलेल्या दिसल्या. भाल्याचं टोक आणि फरशीची धार तळपली. त्याचे डोळेच गप्पकन मिटले. हँडलवरचा हात सुटला, पायाखालचं पायडल निसटलं आणि फफुट्यात चाक घसरून तो तोंडावरच खाली पडला. तो खाली कोसळला त्याबरोबर बाळूनं आणि त्याच्या दादानं धडाधड सायकली खाली टाकल्या आणि ते दोघंही त्याच्यावर तुटून पडले. कचाकच फरशी घुसत होती. लांबनंच बाळू भसाभस भाल्यानं भेसकत राहिला.

तवर पांदीच्या वरच्या अंगानं कुत्री भुंकू लागली.

कुत्र्यांचा आवाज ऐकून घामानं चिंब भिजून गेलेला बाळू सायकल हातात घेऊन दादाला म्हणाला, "दादा-दादा, आता वेळ नगो. चल बगू. ती बग वस्तीवरची कुत्री जागी झाली."

असं म्हणून तो एकटाच कासराभर लांब जाऊन उभा राहिला. मग त्याच्या दादानंही गडबडीनं खाली पडलेली सायकल उचलून घेतली आणि टांग मारून सीटवर बसत तो म्हणाला, "बाळ्या, सूट लेका. असा बघत हुबा ऱ्हाऊ नगो."

ते दोघं पालथे पडून सायकली मारू लागले. तोंडानं हवा घेऊन ते पायडल रेटत होते. लोहाराच्या भात्यागत त्यांची छाती सारखी वर-खाली होत होती. त्या घाईत सायकली घसरत होत्या, गुडघे फुटत होते; पण त्याची त्यांना शुद्ध नव्हती. दोघांच्या अंगांतून घाम निथळत होता. पाठींना शर्ट चिकटले होते. घामानं गळा भिजला होता. छातीवरनं धारा वाहत होत्या. नरडं वाळून येत होतं. अशातच एक लाळेचा घुटका गिळून बाळू म्हणाला, "दादा, हान मर्दा, सायकल जोरात हान. न्हाईतर पाठीवर गडी असायचा."

दोघंही बेभान होऊन सायकली मारू लागले.

त्या दोन्ही सायकली मळ्यातल्या त्यांच्या वस्तीवर आल्या तेव्हा चांद उगवला होता. त्यांचा चुलता खोपीबाहेरच्या बाजल्यावर चिलीम ओढत बसला होता. तो पोरांचीच वाट बघत होता. सायकलीचा आवाज होताच चिलीम तशीच हातात धरून तो तुरूतुरू पुढं गेला. मान हलवून खुणेनंच विचारलं, "काय गड्यांनो, माणूस पाडून आला का नुसतंच हात हलवत माघारी आला?"

बाळू आणि दादा, दोघंही दमले होते. त्यांचे हात-पाय भेंडाळून गेले होते.

घामानं अंग थबथबलं होतं. धाप लागून त्यांना बोलता येत नव्हतं, तरीही ते दोघं चुलत्याच्या कानाला लागून कुजबुजले, "तात्या, गडी निजवून आलो! खांडोळी करून टाकल्यात!"

त्या दोघांच्या पाठीवर हात ठेवून त्यांचा चुलता म्हणाला, "शाबास गब्रूंनो! नाव राखलं! आता ती हत्यारं हिरीत टाकून द्या आणि खळाखळा हात-पाय धुवून गडद हातरून धरा आणि हे बघा. कुठं अंगावर रगातबिगात उडालं असंल, ती कापडंबी बदलून टाका. जावा."

असं म्हणून चुलता बाजल्यावर जाऊन बसला. त्यानं अंगावर घोंगड्याची खोळ घेतली, आणि चिलमीची तलप आली तशी आगपेटी पायाच्या बोटांत धरून तो निवांतपणे काड्या ओढत राहिला.

बाळूनं आणि त्याच्या दादानं हत्यारं कायमची विहिरीत टाकून दिली. खळाखळा अंग धुतलं, कापडं बदलली आणि आता बिनघोरी होऊन ते दोघंही विहिरीतनं वर आले. चुलत्याच्या बाजल्यावर जाऊन बसून राहिले. कानाला लागून गोष्टी सुरू झाल्या.

थबकून उभं राहिलेलं वारं आता हलू लागलं होतं. त्यात गारवा शिरला होता. अंगावर कापडाची ऊब बरी वाटत होती, मळ्यातला उसाचा फड डुलत होता. पानं सळसळत होती. झाडावरचे पिंगळे मधूनच बोलत होते. त्या पोरांचा चुलता म्हणाला, "पोरानू, उटा. आता उजाडंल. एक झोप तरी घ्या जावा."

मग ते दोघंही उठले. तसा दादा म्हणाला, "बाळू लेका, सायकल अजून भाईरच ठेवलीयास व्हय?"

"घेतो की आत." असं म्हणून तो सायकलीकडे गेला आणि सायकलीला हात लावून तिथंच पाय मोडल्यागत मटकन खाली बसला.

"बाळ्या, काय झालं रं?" असं म्हणून त्याचा दादा घाईनं जवळ गेला; पण बाळू तोंड झाकून घेऊन बसूनच राहिला. तो तोंड उघडेना. तसा बाजल्यावरचा चुलताही उठून लगबगीनं पुढं गेला. ते दोघंही त्याला ढोसणून विचारू लागले. मग बाळूनं खाली बघूनच एक घुटका गिळला आणि अपराधी आवाजात तो म्हणाला, "दादा, लेका गावलो आपुन!"

"काय झालं रं?"

"ही सायकल आपली न्हवं."

आणि ते तिघंही त्या सायकलीकडं बघत तिथंच खाली बसून राहिले.

■

आफत

पाटील खोतांकडे गेला, मांजऱ्याकडे गेला. वाडीवरची घरं पालथी घालून तो झपाट्यानं वस्तीवर आला. अंगणातनंच त्यानं आवाज दिला, "पॉर आलंय काय ग?"

दारात त्याची वाट बघत बसलेली बायको लगालगा उठून बाहेर येत म्हणाली, "न्हाई की अजून. अजूनबी पत्त्या न्हाई त्याचा. तुमी कुटं कुटं जाऊन आला?"

तो सावकाश आत येत म्हणाला, "खोतांकडं, मांजऱ्याकडे गेलो. सगळी घरं बगून आलो."

"काय झालं?"

"सगळी बाजारास्नं तवाच परतल्यात. अजून हे आपलंच पॉर कसं थांबलंय काय कळत न्हाई."

"घोरच म्हणायचा ह्यो! मग खंदील घेऊन तर जा."

काय करावं ह्याचा विचार करत त्यानं भुईला बूड टेकलं. पटक्याचा गुंडाळा खाली उतरून बाजूला ठेवला. चंची उलगडून सुपारी काढली आणि ती बारीक कातरत तो बसून राहिला.

बायको म्हणाली, "मग काय करतासा? खंदील घेऊन आडवं होता न्हवं?"

कोळपलेल्या पानाला चुना लावून त्यानं तंबाकूची चिमूट तळव्यावर घेतली आणि तो म्हणाला, "लाव, लाव - खंदिल तर लाव."

चटक्यानं उठून खुंटीवरचा कंदिल तिनं खाली घेतला. काच न पुसताच तिनं वात वर चढवली आणि चिमणीचं तोंड खाली करून कंदील लावला. पाटील उठला. एका हातात काठी आणि दुसऱ्या हातात कंदील घेऊन निघाला. अंगणापर्यंत गेला आणि तिथनं मागं येऊन म्हणाला, "अग, त्याल तर हाय काय हेच्यात?"

तिनं कंदिलात तेल भरलं, आणि मग तो शेजारच्या कदमाच्या तुकाला बरोबर घेऊन गावाकडे निघाला. ते दोघंही घोड्यागत झपाट्यानं निघाले. लांब लांब ढेंगा टाकत चालले. रानातल्या त्या पाऊलवाटेनं ते सुसाट सुटले. हेलकाव्यानं हातातला कंदील मध्येच भक्क करायचा. त्यांच्या चाहुलीनं वस्तीवरची कुत्री सावध व्हायची. सूर धरून भुंकायची.

चालता चालता पाटील बारीक डोळ्यानं समोर बघत म्हणाला, "तुक्या, फुडनं कोन तरी येतंया जनू रं!"

तुकानं नाकासमोर बघून लांबवर नजर फेकली आणि तो न बोलताच चालत राहिला. पाटील म्हणाला, "काय दिसतंय काय कोन?"

"न्हाई, पर आवाज येतोय बा कुनाचा तरी?"

दोघांनीही पाय उचलले. सटासटा चालू लागले. एक कासराभर चालून गेल्यावर समोरून येणारा आवाज आणखी जवळ आला. तशी पाटलानं हळी दिली, "कोन हाय गा?"

पुढनं आवाज आला, "आम्ही मगदुम. वस्तीवर निगालोय."

मगदुमाची पोरं जवळ आली तशी पाटलाची चाल आकसली. तो थांबून म्हणाला, "कुटनं आला गा?"

"गावाकडनं."

"येळ केला?"

"झाला येळ."

पाटलानं विचारलं, "आमचा मन्या कुटं भेटला का?"

"न्हाई बा."

नाही म्हणताच पाटील निघाला. तसं त्यांनी माघारी बोलावून विचारलं, "काय गा, काय भानगड?"

उभ्या उभ्या सांगून ते दोघं पुन्हा निघाले. तोंडाला मिठ्ठी मारून चालले. मध्येच तुका म्हणाला, "पॉर कवासं गेलतं बाजाराला?"

"दुपारी मॉट धरली तवाच गा."

"बाजारात कुणाला दिसला तरी काय?"

"तर! खोताच्या अप्पानं बगितलया. मंडप्याच्या दुकानात माल घेतल्याची खून सुदिक सांगत्यात न्हवं?"

"आयला, मग पॉर काय झालं असंल गा?"

पाटील अवघडल्या मनानं म्हणाला, "तेच काय कळत नाही."

"गावात कुठं ऱ्हायला असंल."

"कुठं ऱ्हातंय?"

"कोन न्हाई का?"

"गावात आमचं कोन हाय? पै का पावनं?"

यावर बोलणं खुंटलं. ते पुन्हा मुक्यानं चालू लागले. अजूनही पोर वाटेला भेटेल ही आशा धरून पाटील निघाला. डोक्यात चाक घुमत होतं - ह्या वेळपर्यंत पोरानं परतू नये म्हणजे काय अक्कल झाली ही? विचार नाही, फिचार नाही. अजून कुठं झुकलं असंल हे दारू प्याल्यागत! पोर भेटंल तिथं त्याला धरून बुकलायचा विचार करीत पाटील चालला.

वेशीतली कुत्री जागी झाली. गाव बाजार आटपून निजलं होतं. पेठेतल्या दुकानांच्या फळ्या लावल्या होत्या. क्वचित एखादा माणूस जा-ये करीत होता. ते पेठेत आले. मंडप्याच्या दुकानापुढं येऊन उभे राहिले. फळ्यांच्या फटीतनं आतला चिमणीचा उजेड दिसत होता. त्या फटीतनं आत बघत पाटील म्हणाला, "मंडपेअण्णा, अहो अण्णा..."

मंडप्यानं चिमणी उचलून हातात घेतली आणि डोळ्यांनी उघडझाप करीत तो बाहेर आला. एक फळी काढून तो दारात उभा राहिला आणि झोपेतच म्हणाला, "का गा, रातचं आलासा?"

"अण्णा, आमचा मन्या आल्ता का दुकानला आज?"

"आल्ता की."

"काय, माल घेतला?"

"घेतला की."

"काय घेतलं?"

"कुटं त्यालफिल." पाटलाच्या विचारण्याचा त्याला बोध होईना. काय मोड कमी दिली का पैसे जास्त घेतलं, काय कळंना झालं. तसा मंडपे म्हणाला, "पर काय झालं तरी काय?"

"अण्णा, पॉरच अजून घरला आलं न्हाई."

"आणि रं?"

"आणि काय?"

"अजून घरला आलं न्हाई?"

"मग काय कानी सांगतोय व्हय?"

थोडा वेळ गेला आणि तुका म्हणाला, "चल."

"कुटं?"

"अरं, मग हितं ऱ्हाऊन तरी काय करायचं?"

"पर जायाचं तरी कुठं?"

"गावात घसटीचं कोन हाय?"

"अगा, कुटलं आलंय कोन?"

"तरी एकांदा-दुसरा?"

पाटलानं उभं राहून विचार केला आणि तो म्हणाला, "चल, जाऊ देसायाकडं. पोर असलं तरी एक तिथंच असंल."

"व्हय. रातचा येळ झाला म्हणजे वळकीनं ऱ्हातंय मानूस. चल बगू."

दोघंही लगालगा देसायांच्या वाड्याकडे आले. वाड्याचा दरवाजाच बंद होता. तशी अपरात्री हाका मारून त्यांनी देसायांना झोपेतून उठवलं. दरवाजाचा आडणा वाजला. दार उघडून देसाई बाहेर येत म्हणाले, "का गा, आडनाळ काय काम काढलं?"

"देसाईबा, आमचा मन्या आलायबिलाय का?"

"तुझं पॉर?"

"व्हय, आमचा मन्या."

"आणि कुटं गेलंय?"

"बाजाराला म्हणून जे वाडीसनं हिकडं आलंय... त्याचा अजून पत्त्याच न्हाई."

"काय भांडलंबिडलं हुतं का?"

"छे बा! चांगला दोनी येळंला जेवलाय, आन् भांडतोय कुटला?"

"ये, ये – आत ये." असं म्हणून देसाई आतल्या ओट्यावर आले. दिवळीतला बिडीबंडल काढला आणि एक बिडी पेटवून ते म्हणाले,

"पाटील, जवळच्या गावाला कोन पै-पावनं हैत कां?"

झाडून साऱ्या पावण्यांची नावं आठवून तो सांगू लागला, तसे देसाई म्हणाले, "अरं, तसं न्हवं. हिकडं बाजाराला येनाऱ्यांपैकी कोन हाय काय त्यात?"

"मग तसा त्याचा मामाच कवा तर चुकून येतोय."

देसाई झुरका घेऊन हलक्या आवाजात म्हणाला, "दिस उगवाय जाऊन ये मामाकडं. पॉर तिथं असलं तर गावंल, न्हाईतर हातचं गेलं!"

पाटील दबकला. घाबरा होऊन देसायाच्या तोंडाकडे बघत राहिला, तसा देसाई म्हणाला, "अरं, गेल्या बाजाराची गोष्ट. जांबळ्याचं धाकटं पोर तुला म्हाईत असंल की."

"कोन, बाब्या?"

"व्हय, त्येच?"

"मग?"

"तर ते आपलं बाजारातनं फिरत होतं... आणि 'हूं' काय?... अरं, कुनी गुलामानं त्याला दिला पेरू... पेरू तोंडाला लावला आणि पॉर भुललं. त्या मानसामागनंच चाललं. चांगलं दंताळ शेतापतुर गेलं... दैव चांगलं. त्याचा बा

तिकडनंच येत हुता म्हनून बरं. पोराला बगून तो थांबला. 'बाब्या-कुटं रं?' पोर येडबाडलं - सुद्दीवर आलं... आणि नशीब म्हणून तितनं माघारी आलं."

"आनि त्यो मानूस?"

"अरं, त्यो गट्टीचोड्या कशाला ऱ्हातोय? ह्यांचं बोलनं होईस्तोवर त्यो सटाकला फुडं! कोन त्यो-कोन त्यो म्हनूस्तवर मडकीबुवागत मट्टमिया झाला!"

हे ऐकून पाटलाच्या तोंडचं पाणी पळालं. आता रात कशी सरायची कळंना झाली. शुद्ध गेल्यागत तो तसाच बसून अवघडून राहिला. बोलणं नाही, चालणं नाही. आपली तोंडाला मिठी मारून तो तसाच बसून राहिला. बसून बसून अवघडलेला तुका जागचा हलला. पाटलाला हलवून म्हणाला,

"पाटील, चल जाऊ माघारी."

तोंड खाली घालूनच पाटील बोलला, "अरं, माघारी जाऊन पोराच्या आईला काय सांगू?"

"मग हितं बसून तरी काय करनार? पाटलीनबाई काळजी करत असंल. चल, ऊठ..."

तुकानं हाताला धरून त्याला उठवलं. पाटलानं कंदील हातात घेतला, कमी केलेली वात वर चढवली आणि देसायांच्या वाड्यातनं ते बाहेर पडले.

आता गाव गडद झोपलं होतं. गस्तीची वेळ झाली होती. पेकाळून गेलेला पाटील पाय ओढत चालला. रेड्यावर पाऊस पडावा तसा निघाला. तुका म्हणाला, "पाटील, जरा पाय उचला."

आता कसला पाय उचलतोय? त्याचं सगळं अवसानच गळलं होतं. माघारी जाऊन बायकोला काय सांगावं ह्याचा त्याला विचार पडला. तुका चल म्हणतोय म्हणून तो निघाला होता. चालता चालता तो थांबला. तुकाचा हात धरून म्हणाला,

"तू जा फुडं."

"आणि तू?"

"म्या असाच जातो रातोरात पोराच्या मामाकडं."

"खुळा का शाना? अरं, पाटलीनबाई ऊर बडवून घेईल."

तुकानं त्याच्या हाताला धरून पुढं ओढलं. पाटील मनाविरुद्ध चालू लागला. गेल्याशिवाय निर्वाळा नव्हता म्हणून तो चालला. तुकानं विचारलं, "पाटील, पोराच्या अंगावर काय सोनंबिनं होतं काय?"

"तर! गळ्यात पेटी हाय की."

"येवडंच न्हवं?"

"ते का रं? कंबरंला कडदुरा हाय की चांदीचा."

पाटलाला माहीत नव्हती अशी दुसरीच एक भीती आता उपजली. त्याच्या

मनात येऊ नये ते येऊ लागलं. अंगावरचं सोनं घेऊन जिवानिशी सोडून दिलं म्हणजे बरं; पर खून सांगंल... दुम लागंल म्हणून त्याच्या जिवाला धोका देनार न्हाईत हे कशावरनं? पैशापायी माणूस काय करत नाही?

ह्या विचारातच भिरभिरल्यागत पाटील घरात आला. दारात आल्याआल्या त्याच्या बायकोनं विचारलं, "काय हो, काय झालं? पॉर न्हाई आलं?"

पाटील एकटा आलेला बघून त्याच्या बायकोनं हातपायच गाळलं. तो काही बोलंना झाला तशी ती पुन्हा म्हणाली, "कुठं हाय हो पॉर माझं?"

पाटील खाली बसत म्हणाला, "पॉर, न्हाई गावलं."

आधीच काळजीनं अर्धी झालेली ती बाई ऊर बडवून आक्रोश करू लागली. 'कुटं गेलं ग माझं बाळ?' असं म्हणून रडू लागली. मध्यान्रात्री त्या वाडीत एकाएकी कालवा उडाला. त्या दंग्यानं आख्खी वाडी जागी झाली. पाटलांचं घर माणसांनी माईना. सगळ्यांनी धीर दिला. पण मन घट्ट होईना. ते कसं व्हावं? कुठं गेलेलं नाही - आलेलं नाही, असं अवघं बारा वर्षांचं ते पोर कुठं गेलं म्हणून समजावं? कुणी फुस लावून नेलं? काय पाणी प्यायाला जाऊन कुठल्या विहिरीत ढासळलं? काय झालं तरी काय? नुसतं बाजाराला जायचं निमित्त काय झालं आणि हे घडलं काय? आता हे पोर सापडायचं तरी कुठं आणि कसं?

दिवस उगवायला एकजण पुन्हा गावात गेला. कुणी मामाकडे गेलं. कुणी कुठं, कुणी कुठं - असं जिकडंतिकडं माणूस लावून दिलं. काल सांजचं करून ठेवलेलं जेवण अजून तसंच पडलं होतं. जेवण नाही, पाणी नाही. पोटाकडे कुणाचं ध्यानच नाही. नवरा-बायको दोघंही बसल्याजागी बसून राहिली. लोक यायचे, बसायचे, धीराचे दोन शब्द सांगायचे. 'अरं, उठा - दोन घास तरी खाऊन घ्या.' अशी विनवणी करायचे. ते उठत नाहीत हे बघून रागानं सांगून बघायचे. पण कुणाचाच इलाज चालेना झाला.

दुपारचे बारा वाजून गेले. कुठं कुठं गेलेली सगळी माणसं हात हलवत माघारी आली. ज्यांना ज्यांना कळलं ते सारे पै-पाहुणेही गोळा झाले. पोराचा कुठं दूमच नाही. पोर गावात नाही - पाहुण्यांकडे नाही... मग गेलं कुठं?

पोराच्या आईनं हंबरडा फोडला. मन घट्ट करून बसलेला बापही तोंड पसरून आरडू लागला.

असेच चारआठ दिवस गेले. धावा करून पोराचे आई-बापही दमले. आशा होती तवर वाट बघितली. आता वाट तरी कशाच्या आधारावर बघायची? काय

भांडून-रुसून गेला होता तेव्हा चार दिवसांनी परत येईल असं म्हणावं? आता तरणाताठा असता तर एक नादानं कुठं गुंगलाय असं म्हणायला आधार तर गावला आसता. देसाईबा म्हणालं तसंच झालं. पोर गेलं. हातचंच गमावलं. पर ते कुठं गेलं असंल! त्याचं काय झालं असंल? ही आई-बापाला लागलेली काळजी तुटेना...

रानातली कामं जिथल्या तिथं थांबली. एक दिवस कधी बसून न खाणारा पाटील कामधाम टाकून घरात बसून राहिला. बसला म्हणजे घटका न् घटका एके जागीच बसून राह्यचा. कुणी दहादा बोलावं तेव्हा हा एक शब्द बोलायचा – जुलमानं तोंड उघडायचा. त्याची बायको तर पंडू रोग झाल्यागत झडली. पालीगत पांढरीशिपूत दिसू लागली. अखेरीला वाडीतल्या एका मास्तरानं डोकं लढवलं. शहरात जाऊन 'हरवल्याचा शोध' या नावानं एक जाहिरातही दिली. हिकडं-तिकडं करून चांगलं पाच-पंचवीस रुपये मोडलं. पण पोर काय परत आलं नाही. एक आठवडा बघता बघता उलटून गेला. भूक नाही, तहान नाही - डोळ्याला झोप नाही. ते आठ दिवस गेले. आता होती-नव्हती ती आशा संपली.

...आणि भर दुपारी ध्यानीमनी नसताना पाटलाला दारात पोर दिसलं. एका परक्या माणसाबरोबर मन्या एकाएकी दारात येऊन उभा राहिला.

त्याला बघून पाटलाला खरंच वाटेना. समोर पोराला बघून त्याचं तोंडच उघडेना. कुणी चेटुक केलंय का काय त्याला उमजेना. तो कसातरी उठून उभा राहिला. एक आवंढा गिळून म्हणाला, "कोण मन्या?"

दारातनं मन्या पुढे धावला. पाटलानं त्याला उचलून छातीशी कवटाळलं आणि त्याला आपल्या मिठीत धरूनच तो ओरडून म्हणाला, "अग, मन्या आला ग - मन्या आला!"

आतल्या खोलीत मुरगळून पडलेली त्याची बायको 'मन्या आला' म्हणताना धावतच तडाफडी बाहेर आली. पोराला बघून ती त्याच्यावर पालथी पडली. तिचा गेलेला जीव परत आला. पोराला पोटाशी धरून ती पटाटा मुके घेऊ लागली... मुके घेता घेता रडू लागली. डोळे भरून त्याला पाहू लागली. आठ दिवसांत मन्या चोपला होता. उन्हानं तोंड वाळलं होतं. जीव सोकला होता. अंगातली कापडं काळीमिट्ट झाली होती. त्याच्या आईला भडभडून आलं. 'कुठं चुकला होतास रं माझ्या वासरा?' असं म्हणून तिनं गळा काढला.

भर दुपारच्या टळटळीत उन्हात कालवा माजला. गारव्याला आडवी झालेली माणसं त्या दंग्यानं जागी झाली. बघता बघता हळी दिल्यागत सगळी वाडी तिथं गोळा झाली. कडेवर पोरं घेऊन बायका दाणदाण पळत आल्या. एकेक करीत जत्रा गोळा झाली. मन्याभोवती मिठी पडली. भेदरून गेलेला मन्या वाचा गेल्यागत

नुसती तोंडं न्याहाळत राहिला. शंभरजणांनी शंभर प्रश्न विचारून त्याला घेलगटलं. मन्या खुळ्याकावग्यागत बघत राहिला. आणि तो परका माणूस बिचारा एकटाच एका बाजूला बसून राहिला. त्या कालव्यातनं त्याच्याकडं कुणाचं ध्यानच जाईना.

दंग्याचा पहिला कढ निवला. तोंड कलकलायची थोडी कमी झाली, तशी एकेक जण चौकशी करू लागला. जरा शांत झालेलं बघून खोतानं आरंभ केला, "पाटील, कवासं आलं पोर?"

"अगा आत्ताच. अजून घटकासुदिक झाली नसंल."

"कसं आलं?"

"असं एकाएकीच आलं आणि दारात हुबं ऱ्हायलं न्हवं! मर्दानू, मला खरंच वाटंना. सपनात बघतोय का काय हेच कळंना."

कोपरा धरून बसलेला मास्तर म्हणाला, "पोर गेल्तं कुटं पाटील? कुटनं आलं?"

"त्याचा मला तरी कुटं अजून उलगडा झालाय? हे इचाराय सुद्द तर कुटं हाय?" असं म्हणून त्यानं मन्याला घेऊन आलेल्या पाहुण्याला हाक मारली, "अहो, पावनं, असं लांब का बसलाय? हिकडं या की."

लांब एकटाच बसलेला पाहुणा उठला. पाटलानं हाक मारली म्हणून जवळ येऊन बसला. त्याला बघून खोतानं विचारलं, "हे कोन पावनं? कुटल्या गावचं?"

"ह्यांनीच पोराला आणलं. ह्यांचं नाव-गाव मला तरी अजून कुटं माहीत हाय?"

खोतानं विचारलं, "पावनं, कोंच्या गावचं?"

"आम्ही मिरजंचं?"

"नाव काय तुमचं?"

"आम्हांला वळीवडे म्हंत्यात."

पोत्याला टेकून बसलेला कदमाचा तुका पुढं झुकून बारीक डोळ्यानं बघत म्हणाला, "नाव काय म्हटला?"

"आम्हाला वळीवडे म्हंत्यात."

तशी मिरजेची पुरी माहिती असलेला मामा पतंगे कानडीत विचारू लागला, "मिरज उराव्र निवरं? यल्ला हेस्त्र एनरी निमदं?"

पतंग्यानं कानडीत गाणं लावलं हे कळलं नाही, तसा पाहुणा त्याच्या तोंडाकडे बघत राहिला. तो बघत राहिला तसा पतंगे पुन्हा विचारू लागला आणि बाकीची माणसं त्या पाहुण्याकडे बघत बसली. पाहुणा येडबडला. हात हलवून म्हणाला, "ही भाशा समजत न्हाई."

मिरजेच्या माणसाला कानडी समजत नाही ही गोष्ट पतंग्याला काही केल्या

खरी वाटंना. कानडी येत नाही मग तो मिरजकर कसला? पाण्यात राहून पोहता येत नाही म्हणजे काय? पतंगे पुन्हा म्हणाला, "येऽऽन हेळतिरी निव्र? तुम्ही मिरजंला ऱ्हाता म्हणूनशांनी सांगता आनि मग भाशा ह्यांगरी निमंग बरोदुल्ल? मिरजंचं का न्हवं तुमी?"

पाहुणा काही बोलत नाही हे बघून खोत म्हणाले, "पावनं, सबंध नाव काय तुमचं?"

"गणा रामा वळीवडे."

पतंग्याने पुन्हा प्रश्न विचारला, "मग पावनं, ते तिप्पान्ना वळीवडे तुम्हाला कोन लागत्यात हो?"

"आमचं कोन न्हव्हंत."

"असं कसं हो पावनं?"

त्याला आता कसं हे सांगण्याची पाळी आली. तो म्हणाला, "आम्ही मूळचं लांबचं – खुद्द मिरजंचं न्हवं."

लोकांची चौकस बुद्धी जागी झाली. मांजऱ्याच्या म्हाताऱ्यानं डोळं मिचकावून मगदुमाच्या पोराला जागं केलं. पतंग्या रामा खोताच्या कानाला लागून कानडीत कुजबूज लागला. कोपरा धरून बसलेल्या मास्तरांनी डोक्याची टोपी काढून गुडघ्याला अडकवली. पोत्याला पाठ लावून बसलेला तुका गुडघ्यांना मिठी मारून पाहुण्याकडे बोक्यागत टक लावून बघत बसला.

खोतानं हातात चंची फिरवत प्रश्न टाकला, "पावनं, मग मूळ गाव कोंचं?"

"आमचा बुडका तिकडं कराडाकडं – खानापूर तालुक्यातला."

गुडघ्याची टोपी डोक्याला अडकवत मास्तर म्हणाला, "खानापूर तालुका म्हणजे दक्षिण साताऱ्यातलं विटा?"

पाहुण्यानं मान हलवली तसं एकानं विचारलं, "मग पावनं, विटा आणि खानापूर दोन का याकच?"

ह्या भूगोलाच्या परीक्षेचा राग येऊन पाहुणा न बोलताच बसून राहिला. पाहुणा बसून राहिला, पण लोक कुठं गप बसून राहतात? तुकानं बसल्या बसल्या पुढं-मागं झोके घेत विचारलं, "पावनं, मग खानापूर तालुक्यातलं तुमचं गाव कोंचं हो?"

पाहुणा म्हणाला, "न्हावी."

न्हावी हे नाव ऐकून नवल वाटलं. चेष्टेखोर पाहुणा थट्टाच करतोय असं काहींना वाटलं. त्यांपैकी एकानं पुन्हा विचारलं, "नाव सांगा की गावाचं."

"मग आत्ता काय सांगितलं?"

लांब बसलेला मांजऱ्याचा म्हातारा भुईला काठी बडवत म्हणाला, "पावनं,

'न्हावी' नावाचं गाव असंल का कुटं ह्या पिरतवीमंदी? अगा, इलायतीला तरी अशा नावाचं गाव आढळंल का?''

आता काय सांगायचं आणि काय बोलायचं? अशी मुळातच शंका उकरून काढल्यावर पाहुणा काय बोलणार? तो बिचारा तोंडाकडे बघत राहिला तसा म्हातारा जोरानं म्हणाला, ''खरं नाव सांगून मोकळं व्हा की!''

पाहुणा भडकला. मोठ्यांदा म्हणाला, ''अहो, न्हावीचाच म्या! नावच हाय माझ्या गावाचं ते. त्यात खोटं काय बोलायचं?''

तोल जाणाऱ्या पिराची काडणी ओढावी तसा मास्तर बोलला, ''असंल, असंल. अहो, नावं काय पायजे ती असत्यात! खोटं धरून चालू नगा.''

मग खोत शांतपणे म्हणाला, ''बरं बाबा, 'न्हावी' असू द्या न्हाईतर 'चांभार' असू द्या! खरं तुम्ही आपलं गाव सोडून मिरजंला हो का आला?''

''आलो पोटापाण्याच्या उद्योगापायी.''

''एवढ्या लांब?''

''लोक म्हमईला जात्यात आणि हे लांब झालं व्हय?''

खोतानं विचार केला आणि न पटल्यागत करून तो म्हणाला, ''पावनं, असं बगा – न्हावी आली कराडजवळ... मग हिकडं कोलापूर, तिकडं पुनं सोडून हे मधी मिरजंकडंच कशापायी घुसला?''

बिकट प्रश्न पडला. त्याला काय सांगावं हे कळेना झालं. विचार केला केला आणि तो म्हणाला, ''गेलो एवढं खरं बगा!''

''ते झालं हो, पर मिरजंलाच का?''

ह्यातनं सुटल्याशिवाय पुढची वाटच मोकळी होईना. पोराला तिथंच इथवर घालवत आणलं त्याचं उपकार मानायचं राहिलं बाजूलाच आणि वर ही चौकशी काय सुरू झाली? ही नाही ती काय बल्ला आली? पाहुणा येडबडला. तोंडचं पाणी पळाल्यागत बसून राहिला. तसा पतंग्या खोताला कानडीत सल्ला देऊ लागला. ''खोत गोळरी, यानरे भानगडी ऐत नोडरी... पुरा इचार माडबेकरी. इवंग सैल बिडब्याड्री नोडरी! सुळ्ळा यानरे हेळतानं मगा! आव यान मिरज्याव इल्ल नोडरी... ना हेळत्यानु इवा यानरे भानगडी माडिर बेक्कू... हेस्त्र वंदु हेळता... ऊर वंदु हेळता... मारीमॅल, नोडरीऽऽ पुरा गट्टीचोड्या इद्दान...''

पतंग्या बोलू लागला तसा मास्तर कोपऱ्यातनं जरा हलला. पतंग्याला गप्प बसायची हातानं खूण करून म्हणाला, ''पावनं, ते नाव-गाव सोडून द्या.''

मांजऱ्याचा म्हातारा लांबनं खेकसला, ''मास्तर, सोडून काय द्या? त्याचा चांगला पुरा इचार व्हाया पायजे. खोत, ह्याचा खिस काडल्याबिगार फुडं जाऊ नगा. कोन, काय कळाय नगो व्हय? करा, करा – जुप्पी करा... अहो, ह्याच्या

माघारी जांभळ्याचं पॉरबी असंच न्हेलं हुतं कुणी. खोत, आपला घाना सोडू नगा तुम्ही.''

''मी विचारतो सगळं. जरा गप बसा बगू तुम्ही!'' असं म्हणून मास्तरनं विचारलं, ''पावनं, ते सगळं ऱ्हाऊ द्या. आमचं हे पोर तुमाला कुठं भेटलं?''

''मिरजंला.''

''तिथं कुठं?''

''काल ह्या येळंला आलं आणि भित्तीला लागून रडत उभं ऱ्हायलं.''

''एकटंच?''

''तर आणि कोण असतंया?''

''मास्तर, जरा थांबा – '' असं म्हणून मांजऱ्यानं विचारलं, ''पावनं, पोराचं वय काय असंल हो?''

''असंल की धा-बारा वर्सांचं.''

''मग हे मिरजंला एकटंच कसं गेलं हो?''

''आत्ता ते म्या काय सांगू?''

''मग ते तुमच्या घराफुडं कसं आलं?''

प्रश्नाचा म्होरा अगदी बरोबर होता. सगळ्यांच्या नजरा रोखल्या. पाहुणा म्हणाला, ''माझ्याच घराफुडं कसं आलं हे म्या तरी काय सांगू?''

''काय सांगू म्हंजे? ह्याचा उलगडा तुम्हीच केला पायजे.''

पाहुणा काय उलगडा करणार? बिचारा मान खाली घालून बसून राहिला. तसा मास्तर म्हणाला, ''मांजऱ्याकाका, हे तुमचं इचारणं चुकतंय.''

''चुकतंया कसं? मास्तर, हे जाळं असतंया. गुतापा उलगडाय नगो व्हय ह्यो?'' म्हणून म्हाताऱ्यानं पुन्हा विचारलं, ''पावनं, तुम्ही पोराला हिकडं कसं आणलं हो बरोबर?''

''कसं म्हंजे?''

''नाव-गाव-ह्यो सगळा पत्त्या तुमाला गावला कसा?''

ह्याचं उत्तर यायच्या आधीच मगदुमाचा पारिसा म्हणाला, ''आणि एवढी तसदी घेण्याचं तुम्हांला हो काय कारान?''

एवढ्यात पाटलीणबाई जवळ येऊन म्हणाली, ''ऐकलं का? पोराच्या गळ्यातली पेटी आणि कंबरंचा कडदुरा न्हाई - आणि पॉर काय सांगतबी न्हाई. कसा गेलास, कुटं गेलास, तर 'हूं'बी न्हाई आणि 'चू'बी न्हाई. पॉर बोलायचंच कसं हो बंद झालं? त्याला कुणीतरी कायतरी केल्यालं हाय बगा.''

पाटलीणबाई बोलायची थांबली. तोंड पसरून 'व्हां' म्हणून रडू लागली. तसा पारिसानं पुन्हा प्रश्न टाकला, ''पावनं, तुम्ही गावचं नव्हं, शिवचं न्हवं, मग एवडी

तसदी घेन्याचं तुम्हाला काय कारान?''

प्रश्न मोठा विचारी आणि खोल होता. असा हा शेलका प्रश्न ऐकून पाहुणा उठून उभा राहिला. खवळून म्हणाला, "पॉर मिळालं नव्हं तुम्हांला? केला एवडा धरम फुरं! म्या जातो. रामराम!''

रामराम ठोकून पाहुणा निघाला, तसा मांजऱ्याचा म्हातारा खाकरून म्हणाला, "धरा - धरा त्याला! जान्या-येन्याच्या गाडीखर्चाचं पैसेसुदिक न इचारता निगालाय. हितं काय तरी गोम हाय. धरा, धरा त्याला.''

धरा म्हणताच मगदुमाचा पारिसा आडवा गेला. एखादं जनावर अडवून आणावं तसं त्यानं पाहुण्याला मागं फिरवून आणलं. त्याला घामच फुटला. तो गुमान आपल्या जागेवर येऊन बसून राहिला. आता इथनं सोडवणूक नाही हे बघून तो म्हणाला, "इचारा, इचारा - काय इचारायचं ते इचारा.''

म्हातारा दरडावून म्हणाला, "पावनं, पोराच्या गळ्यातली सोन्याची पेटी कुटं हाय? त्याचा कंबरंचा कडदुरा काय झाला?''

पाहुणा रडकुंडीस येऊन म्हणाला, "अहो, म्हंजे काय म्हंतासा काय?''

"तेच म्हंतो. ती पेटी आणि कडदुरा कुटं हाय?"

"आता ते मी काय सांगू? पोराला इचारा पायजे तर.''

म्हातारा सावकाश म्हणाला, "पावनं, इतीएवढ्या पोराला इचारून ते हो काय बोलनार? त्याला अक्कल असती तर असं भकून गेला असता कुनाच्याबी मागनं?"

असं म्हणून म्हातारा थांबला. बसल्या जाग्यासनं उठून थोडं पुढं आला. हातातली टेकायची काठी भुईला आडवी टाकली आणि पाहुण्याच्या नजरेला नजर देऊन तो म्हणाला, "ती पेटी आणि कडदुरा कुटं हाय ती बऱ्या बोलानं सांग – न्हाईतर पावन्या, आम्ही ती हागवून घेऊ तुझ्याकडनं! फुकाट मरशील! ह्याचा इचार कर आधी.''

पाहुणा हडबडला. त्याच्या हाता-पायाला कापरा सुटला. पटक्याच्या शेंबलानं तो डोकं पुसू लागला. घामानं त्याचं मस्तक थबथबलं होतं. त्याला पुरा घामही पुसू न देता पारिसा म्हणाला, "मग काय पावनं, सांगा बगू.''

पतंग्या कानडीत म्हणाला, "मगदुमरी, मत्तु जरा जोर माडरी... सूळीमगा हेळता नोडरी! हेळलिक्के बेक्क.. यान माडतीरी? आवगेनू सुटकानु इल्ला... माडरीऽऽजोर माडरी...''

मगदुम म्हणाला, "सांग बाबा, सांग. न्हाईतर ही वाडी लई वंगाळ हाय. धड गांडीनं तू जायचा न्हाईस.''

आता पाहुणा काय बोलतोय हे बघायला सगळी सरसावून बसली. कोपरा धरून बसलेला मास्तर तेवढा चुळबुळ करत होता. बोलावं का काय करावं ह्याचा

विचार करत होता. पाहुण्यानं मान वर करून एकवार सगळी तोंडं न्याहाळली. सगळ्यांच्या नजरा संगिनीगत त्याच्यावरच रोखल्या होत्या. पाहुणा हडबडला. ह्यातनं निसटायची वाट बगू लागला. घरचं खाऊन दुसऱ्याचं शाण-मृत निरपायची ही काय पाळी आली? कोणच्या लेकानं हा उपकार करायला सांगितला याचा विचार करत राहिला. त्याचं तोंड उघडेना हे बघून पतंग्या म्हणाला, ''पावनं, आता का दमीवता? हेळ्ळ बिडरी... सांगून सोडा की.''

खोत म्हणाला, ''काय ते सांगा, न्हाईतर आम्हाला फुडची वाट धराय पाहिजे.''

म्हाताऱ्यानंही तटणी लावली, ''मग पावनं, काय सांगता का कसं? पारिसा, पावना काय बोलतोय काय न्हाई बघा.''

अंगाला हात लागू लागलं तसं पाहुणा बोलू लागला. तो रिंजीस येऊन म्हणाला, ''म्या पोराला हितवर आणून सोडलं ही चुकी केली का?''

''तसं आमी म्हटलंय का?''

''मग माझ्याच मागं हे न्हाई ते तिकाटणं काय लावलंय? जरा इचार तर करा. म्या दागिनं खाल्लं असतं तर हिकडं आलो असतो का? वारकरी हाय म्या. गळ्यातल्या माळंवर हात मारून सांगतो म्या...''

मांजऱ्या म्हणाला, ''असं गळ्यात माळ घालून फिरनारं तुकाराम लई हैत! 'देशासारखं देस आणि उरफाटं लुगडं नेस' असं सगळं दिस आल्यात!''

पाहुणा त्याच्या तोंडाकडे बघत राहिला. सगळेच विचारात पडले. तसा पाहुणा म्हणाला, ''पोराला तरी विचारा. ए मना, बाळा, हिकडं ये. तू तरी जरा सांग ह्यांस्नी.''

मन्या बेभान झालं होतं. त्याच्या तोंडातनं शब्दही फुटत नव्हता. तशात कुणीतरी उचलून त्याला पुढं आणून बसवलं. खाली मान घालून ते घुम्म्यागत बसून राहिलं. कोपऱ्यातनं मास्तर पुढं आले. पोराच्या पाठीवरनं हात फिरवत म्हणाले, ''बाळ, तुला कुणी नेलं सांगतोस?''

एकजण म्हणाला, ''अहो, नेलं असंल एकानं आणि आणून सोडलं ह्यांनी. एकमेकाला सामील असतील हो.''

मास्तर म्हणाले, ''जरा गप्प बसता का? बाळ, सांग की रं. कसला होता माणूस?''

हळू आवाजात पोरगं म्हणालं, ''दांडगा हुता.''

''रंगानं कसा हुता?''

''काळाभोर हुता.''

''कापडं कसली हुती?''

"पट्ट्यापट्ट्याची इजार हुती-कोट हुता."
"कुठं भेटला तुला त्यो?"
"म्हारुतीच्या देवळाजवळ."
"मग काय म्हनाला तुला त्यो?"
"मला हटकलं. दोन पेडं दिलं खायला."
"आणि तू काय केलंस?"
"म्या पेडं घेऊन घरला चाललो, तर त्यानं मला अडवून इचारलं. मला सांगुड्याची जरा वाट दाव चल म्हनाला."
"आनि मग?"
"म्या सांगुड्याची वाट दावत फुडं गेलो."
"कुटवर गेलास?"
"गेलो चौगुल्याच्या मळ्यापतुर."
"आणि मग?"
"तिथं गेल्याव् मला म्हनाला, बस, सायकलीवर बस. लगेच काम झाल्याव् परत येऊ."
"बसलास सायकलीवर?"
"बसलो की."
"आणि मग कुठवर गेला?"
"कुटल्या एका ठेचनावर न्हेलं आणि मला म्हनाला, "बस, गाडी तुझ्या थेट घराफुडंच जातीया."
"मग तू बसलास गाडीत?"
"बसलो की."
"आणि त्यो माणूस."
"कुटं गेला कुनाला दक्कल!"
"तू कुटं उतरलास?"
"सगळी मानसं उतरली तिथंच की."
पाहुना म्हणाला, "अहो, म्हंजे मिरजंलाच हो."
"आणि तुझी पेटी, कडदुरा कुणी घेतला?"
"त्यानंच की."
पाटील म्हणाला, "आणि तू दिलास कसा रं?"
"म्या न्हाई म्हंतानं त्यो म्हनाला, पोलिसला हटकीन."
सगळ्यांची तोंडं इरमल्यागत झाली. पाहुण्यालाही जरा हुशारी वाटली. मास्तर म्हणाला, "पाटील, आता माझं ऐकता का?"

"बोला."

"ऐकनार असला तर बोलतो."

"बोला की."

मास्तरानं थोडका विचार केला आणि डोळं झाकून तो म्हणाला, "तुमचं पोर मिळालं. गेल्यालं पोर गावलं. वडं, वगळी, हिरी बगून दमला होता. आता पोर मिळालं ह्यांत आनंद माना आणि पावण्याला पटका बांधून लावून द्या बगू."

मांजऱ्या म्हणाला, "मास्तर, लई घाई करू नगा – जरा दमानं घ्या."

असं म्हणून तो पाहुण्याला म्हणाला, "पावनं, मिरजंला कुटंसं ऱ्हाता तुम्ही?"

"आम्ही हाय मळ्यात."

खोतानं प्रश्न विचारला, "आणि पॉर मळ्यात हो कसं आलं?"

"आलं-असं भकत-रडतच येत होतं. विचारावं तसं लईच रडाय लागलं. आम्ही म्हटलं, "कुनाचा तू?"

तर "पाटलाचा."

"हिकडं कुटं आलास?"

तर म्हंतंय, "मळा सापडंना."

म्हटलं, "गावाचं नाव काय तुझ्या?"

तर "कडुलीची वाडी." मग घेतला ठेवून एक दिवस आणि घेऊन आलो न्हवं. आता काय सांगू तुम्हाला?"

तोंडं शिवल्यागत सगळी गप्प बसली. तरी मांजऱ्या म्हणाला, "मास्तर, हे लिहून घ्या. त्याचा पुरा पत्त्या घेऊन ठेवा."

मास्तरनं तिकडे काणाडोळा केला आणि तो नेटानं म्हणाला, "पाटील, उठा-उठा. त्याला आधी चूळ भरायला पानी तर आणून द्या."

पाटील उठला. पाणी आणायला आत गेला. थंड पाण्याचा एक तांब्या आणून तो म्हणाला, "उठा पावनं, चूळ भरा."

त्यानं उठून चूळ भरली. पटक्याच्या शेंबलानं तोंड पुसलं आणि तो मास्तराच्या पायाला हात लावून म्हणाला, "देवा, लई उपकार झालं! पांडुरंगच तुझ्या रूपानं भेटला. आता मला लौकर रजा द्या."

मांजऱ्याचा म्हातारा मास्तराच्या कानात गुणगुणला, "मिरजंला धाडू या कुनाला तरी. ह्यो खराच तिथला हाय का ह्याचा पत्त्या काडू. तवर सोडू नगा त्याला. कायतरी काडून ठेवून घ्या."

पाटील म्हणाला, "अगा, आलायस ते आलायस. रातोरात ऱ्हा आणि सकाळी उठून जा म्हणं."

पाहुण्यानं हात जोडलं. असाच जाणार म्हणून त्यानं तगादा लावला. तो

राहायला तयार होईना. तो असाच जानार असं झाल्यावर पाटील आत गेला. पेटीतलं चार रुपये काढलं आणि बाहेर येऊन तो म्हणाला, ''पावनं, हे पैसे घ्या. पोराला नवा जलम दिला. माझ्या नावानं ह्याचा पटका बांधा.''

पाहुणा पैसे घेईना. तीन-तीनदा दिले आणि त्यानं तीन-तीनदा खाली टाकले. पैशाला हात न लावताच तो उठला आणि सगळ्यांना रामराम ठोकून निघाला. त्याला पोचवायला मास्तर निघाला. शिकार गमावल्यागत चेहरा करून मांजऱ्याही उठला. भुईची आडवी पडलेली काठी हातात घेऊन गुमानच मळ्याकडे गेला.

पाहुणा गेला. मास्तरही गेला. पाटील पुढं वाकून भुईला पडलेले पैसे गोळा करू लागला, तसा मघापासून मनाला मुसकी घालून बसलेला पारिसा म्हणाला, ''पैसं तर काय झाडाला लागत्यात! जाईना का सुक्काळीचा! कोन हुता कुनाला दक्कल!''

■

सूड

खुंटीवरचा लांबसडक चाबूक खांद्यावर टाकून हरीबा आपल्या घराबाहेर आला. अंगणात गाडी जोडून तयारच होती. हरीबानं गाडीत चढून हातात कासरे घेताच त्या अंडील पाड्यांनी आपले खूर रोखून गाडीच्या जूला जोरानं हिसका दिला. आजुबाजूला गोळा झालेली माणसं टकमक गाडीकडे बघत राहिली, आणि भक् भक् करीत जाणाऱ्या आगगाडीच्या इंजनातगत गाडी पुढं निघाली.

गावाच्या वेशीबाहेर पुराच्या पाण्यागत माणसं पसरली होती. बघावं तिकडं माणूसच दिसत होतं. अशा त्या गर्दीतच एके ठिकाणी वीस-पंचवीस गाड्या उभ्या होत्या. त्या पळाऊ गाड्यांभोवती लोकांनी कडं केलं होतं. तिथंच हरीबाचीही गाडी आली. शहरातल्या हमरस्त्यावर एखादा अपघात व्हावा आणि माणसं जमा व्हावीत तशी या गाडीभोवती गर्दी गोळा झाली. जो तो टाचा वर करून बघू लागला.

अशी बघत उभं राहण्यासारखीच त्यांची जोडी होती. त्यांचे खोंड नुकतेच जुळून ऐन ताणात आले होते. त्यांचे बांधेही दृष्ट लागण्यासारखे होते.

ती गर्दी बघून त्या खोंडांनी आपले कान हरणासारखे टवकारले. एके ठिकाणी त्यांचा पाय भुईला ठरेना झाला. ते घोड्यागत मागं-पुढं नाचत राहिले आणि खोबऱ्याच्या भकलासारखी त्यांच्या पायांची खुरं माळावरच्या त्या फफुट्यात आपली मुद्रा उमटवीत राहिली. ती खोंडं आपली अणकुचीदार हाणम शिंगं हलवून गर्दी भुजवू लागली. लांब उभं राहून लोक बघत राहिले. ऐन ताणांतले खोंड मोठ्या तावात असल्यागत दिसत होते. त्यांचे भरदार खांदे कावानं मळवले होते आणि त्यांच्या पाठीही काव चोळून मऊ केल्या होत्या. अंगाला काव फासलेली जनावरं एखाद्यानं नुकता खून करून यावा तशी दिसत होती.

शर्यतीची वेळ होत आली तशा त्या सगळ्या गाड्या जागच्या हालल्या आणि

फज्ज्यावर जाऊन आपापल्या जागी उभ्या राहिल्या. आता प्रत्येक गाडीत फक्त दोन-दोनच माणसं दिसत होती. गाडी हाकणारे जनावरांना उसकण्यासाठी ऐन तयारीत होते, आणि गाडीतली दुसरी माणसं आपली कंबर बांधून बावकड्यावर हात टेकून उभी होती.

हरीबाही आपल्या हातात कासरे धरून वाट पाहत बसला होता. त्याच्या धाकट्या भावानं धोतराच्या सोग्यानं आपली कंबर आवळली होती. दोन्ही बाजूंच्या बाकड्यांचा आधार घेऊन तो वाकून उभा होता. त्याच्या पायाखाली लांबसडक वेळूच्या हिरव्या काठ्या आणि भुजवण्यासाठी म्हणून घेतलेली एक छत्री होती.

माणसांची अफाट गर्दी त्या फज्ज्याभोवती जमा झाली होती. समोरच्या रस्त्यावरही माणसांच्या रांगा उभ्या होत्या. सगळ्यांचं लक्ष शर्यतीकडे लागून राहिलं होतं. कुणाची गाडी पहिली येते, शर्यत कोण जिंकतं, हाच जिकडे-तिकडे चर्चेचा विषय होता. आपापल्या परीनं तर्क सुरू होते.

हरीबाचं मनही स्थिर नव्हतं. आपली सारी उमर या बैलगाड्यांच्या शर्यतीत घालूनही तो आज अस्वस्थच होता. गेली कित्येक वर्षं हाच खेळ खेळूनही त्याचं रक्त थंड नव्हतं. मोटेच्या चाकागत त्याच्या डोक्यात विचार फिरत होते.

आजची हरीबाची शर्यत ही खरी शर्यत होती. गेल्या वर्षी हार खावी लागली म्हणून ईर्ष्येनं नवी जोडी हरीबानं आणली होती. गेल्या सबंध वर्षभर त्यानं या जोडीला तालीम दिली होती. गावातल्या कृष्णा माळ्याचं नाक कापायला त्यानं भारोभार पैसा ओतून हे नवे खोंड आणले होते. स्वतःच्या पोटाला चिमटा लावून त्यानं आपल्या बैलांना पोटभरून खायला घातलं होतं. खोंडही ताणातले होते. तालीमही चांगली दिली होती. तशी कशातच कसूर केली नव्हती; पण आयत्या वेळी काय होईल हे कुणी सांगावं? खोंड नवे होते. त्यांना शर्यतीचा अनुभव नव्हता. माळ्याच्या बैलागत ते शर्यतीत रुळलेले नव्हते, असा एक दबा धरलेला विचार अधुनमधून हरीबाच्या मनात येत होता आणि त्या विचारानं तो अस्वस्थ होऊन जात होता.

सगळ्या गाड्या फज्ज्याला येऊन उभ्या राहिल्या तसा हरीबा अधिक अस्वस्थ होऊन गेला. सबंध वर्षभर ज्या जिद्दीनं तयारी केली होती तिचा आता थोड्या वेळातच एखाद्या लॉटरीसारखा नंबर फुटणार होता. अस्वस्थ होऊन त्यानं मान वळवून डाव्या बाजूच्या पाच नंबरच्या गाडीकडं पाहिलं. कृष्णा माळ्याचीच गाडी तिथं उभी होती. गेल्या वर्षी या माळ्याच्या खोंडांनीच नंबर मिळवला होता. आसपासच्या दहा गावांत माळ्याची गाडी वाढ होती आणि त्या गाडीबरोबरच हरीबाची ईर्षा होती. त्या गाडीच्या पुढं आपली गाडी आली आणि नंबर नाही मिळाला तरी त्यात त्याला समाधान होतं. गाडी पहिली आली नाही तरी त्याला

दु:ख वाटणार नव्हतं, पण माळ्याला मात्र आपल्यापुढं जाऊ द्यायचं नाही असा त्यानं विडा उचलला होता. त्याच्या मनातली ही ईर्षा सारखी धगधगत होती. एक वर्षभर ती अशीच धुमसत राहिली होती. आगटीतल्या विस्तवागत अंगावर राख घेऊन लपून होती. हरीबाचे हे नवे खोंड गुणी होते, ऐन उमेदीत होते आणि वर्षभर त्याच्या हाताखाली खेळले होते. त्याला आशा वाटत होती. वस्तादाला जसा आपल्या गुणी चेल्याबद्दल एक भरंवसा वाटतो, तसाच हरीबाला आपल्या खोंडांबद्दल विश्वास वाटत होता. आज माळ्याचं नाक कापलं म्हणजे तो रात्री बँड लावून आपल्या जोडीची मिरवणूक काढणार होता. साऱ्या गावाला साखर वाटणार होता.

शर्यतीची वेळ होत आली. इशारे देणारे लोक इकडे-तिकडे फिरू लागले. बघ्या लोकांनी आपली दृष्टी गाड्यांवर खिळून ठेवली आणि आता गाड्या कधी सुटतात, ह्याचीच लोक वाट पाहत राहिले. एवढी अफाट गर्दी जमूनही सगळीकडं शांत वातावरण दिसू लागलं. बोलणी थांबली. पळापळही बंद झाली. जो तो आपापल्या जागेवर उभा राहिला. अशा गंभीर वातावरणात निशाणी दर्शवणाऱ्या इसमानं एकाएकी गाडीवानांना पहिला इशारा दिला आणि नंबर पुकारण्यासाठी म्हणून तो तयारीत उभा राहिला.

नकळतच हरीबाची दृष्टी त्या माळ्याकडे गेली. माळ्याचे डोळेही त्याच्याकडे लागले. आखाड्यात उतरल्यावर पहिलवानांनी एकमेकाला शड्डू मारावा तसे ते एकमेकांकडे बघत होते. माळ्याकडे बघता बघताच हरीबा आपल्या भावाला म्हणाला,

"ए दौल्या, उगंच हेंद्र्यावानी बगत ऱ्हाऊ नगंस कुटंतरी! तयारीत ऱ्हा."

"मी हाय तयारीत. तूच फूडं बगून ध्यान दे."

"आणि त्या ह्याचं काय केलं?"

"कशाचं?"

"मुऱ्याला मानसं हुबी केल्यात का?"

"म्हारुती, शिरप्या, हैबतीबीयबती - सगळी आपापला मुरा सांभाळायला सकाळीच जाऊन हुबा ऱ्हायल्यायत्."

"आणि आपटबाराचं काय केलं?"

"चौघांचं वटं भरल्यात आपटबारांनी."

"ऱ्हाईतर बघ इसारला असलास तर?"

"म्या काय जोगवा मागायसा गेलो न्हवतो सकाळपासनं! औताला जोडल्यागत ह्याच कामात गुतापून पडलोया न्हवं? साऱ्यांस्नी काठ्या घेऊन उभं केलंया आपापल्या मुऱ्यास्नी."

"मग काय ऱ्हाई फिकीर! आता काप म्हनावं आपल्या रेड्यास्नी माळावर!"

"बघू या की मागनं तर येत्यात का? मड्यावानी तोंड दिसाय लागल्यात बघ दादा त्या बैलांची."

तोच हरीबाच्या हौशानं मान खाली घातली. खालची जमीन तीन-तीनदा हुंगली आणि वाघाच्या पंज्यागत आपल्या पायांनी खालची जमीन उकरत त्यानं एकापाठोपाठ एक अशा तीन डिरक्या फोडल्या. हरीबा समाधानानं बैलांच्या पाठीवर थाप मारून म्हणाला,

"हांइशार पठ्ठ्या! वा रं गब्रू! दाव हिसका!"

सगळेच गाडीवान कान इशाऱ्याकडे लावून तयारीत राहिले. इशारा देणाऱ्या माणसाच्या हातातील निशाणीकडं त्यांचे डोळे लागून राहिले. आणि निशाणी दर्शविणाऱ्या इसमानं 'एऽऽक' असा पुकारा केला.

आता दोन आणि तीन हे आकडे पुकारले की तीन या आकड्यांच्या उच्चाराबरोबर गाड्या उधळणार होत्या. हरीबानंही दोन्ही बैलांच्या पाठीजवळ हात नेऊन उसकण्यासाठी थोडं समोर झुकून कावऱ्याबावऱ्या नजरेनं त्या माणसाच्या उच्चाराकडे कान लावले. तीन या उच्चाराबरोबर बैलांच्या पाठीवर हात ठेवता यावा आणि त्यांना 'हुय्यो' घालून गाडी दौडता यावी, म्हणून त्याचे दोन्ही हात बैलांच्या पाठी शिवण्यासाठी अधीर झाले होते. दौलूही हातात काठी घेऊन उभा होता. तीन नंबरचा पुकारा झाला रे झाला की तो ती काठी हवेत गरगर फिरवून खोंडांच्या पाठी फोडायला सुरुवात करणार होता. त्या एक-दोन क्षणात सागरासारखा अथांग पसरलेला जनसमुदाय एकदम उठून उभा राहिला, माना उंच करून बघू लागला. पाहणाऱ्याला वाटावं, त्या माळाचा तो भाग माणसाचं रूप घेऊन हळूहळू वर येऊ लागला आहे. जवळपासच्या झाडांचे रंगही बदलत होते. माणसांनी ती नुसती लगडून गेली होती.

तोच 'तीन' या आकड्याचा पुकारा झाला. खिंडीत दबा धरून राहिलेलं सैन्य एकाएकी तुटून पडावं तशा वाऱ्याच्या वेगाशी स्पर्धा करीत त्या गाड्या उधळल्या. अबीर फेकल्यागत बैलांचे पाय धूळ उडवू लागले. पंचवीस गाड्यांची चाकं एकाएकी खडाडू लागली. गाडीवानांच्या आवाजांनी वातावरण दुमदुमून गेलं. माळावरचा तांबडा फफुटा वर गगनाला जाऊन मिळाला. सैरावैरा धावणाऱ्या गाड्या मागं-पुढं होऊ लागल्या. आगगाडीच्या डब्यांगत त्यांचा तांडा दिसू लागला आणि हरीबाची गाडी रस्ता सोडून भलतीकडंच भकली होती. पाच-पंचवीस माणसं ती गाडी अडवून पुन्हा रस्त्यावर आणत होती. त्या भांबावलेल्या कोवळ्या जनावरांच्या अंगावर वेळूच्या काठ्या उडत होत्या आणि जिवाची आशा सोडल्यागत ते खोंड कुणीकडे वाट फुटेल तिकडे गाडी ओढत होते. एवढी अफाट गर्दी त्या जनावरांनी पहिल्यांदाच बघितली. आणि एकाएकी निर्माण झालेल्या त्या गलक्यानं त्यांना वाट सापडत नव्हती. जिकडे माणूस नसेल तिकडे ती धावायला बघत होती. पण अशा

वेळी चुचकारून त्यांना धीर देण्याऐवजी त्या हुंबदांडग्या दौल्यानं गाडीच्या बावकड्यावरनं खाली उडी ठोकली आणि एका अंगानं धावता धावताच हातातल्या मनगटाएवढ्या हिरव्या वेळूनं तो त्यांचं अंग फोडून काढू लागला. दोन्ही हातांनी काठी फिरवून हाणू लागला. हातातला तो हिरवा वेळू चिंबून गेला आणि त्या वेळूच्या नाऱ्याबैलाची कातडी सोलू लागल्या.

सगळ्यांनी मिळून गाडी कशीबशी पुन्हा वाटेवर आणली. पुढं गेलेल्या गाडीत आणि हरीबाच्या गाडीत जवळजवळ अडीच-तीन फर्लांगाचं अंतर पडलं होतं; तरी पण हरीबाचं मन खचलं नव्हतं. असे अनेक अनुभव त्याला आजवर आले होते. त्यानं गाडी परत वाटेवर आणून धीरानं हाकायला सुरुवात केली. एक मैल-दीड मैल पाठीमागं टाकून गाडी त्या तांड्याला जाऊन भिडली. डगरीवर उभे राहिलेले लोकसुद्धा टाचा वर करून बघू लागले. तोफेचा गोळा गेल्यागत गाडी चालली होती. हरीबाच्या हाताखाली तयार झालेले ते खोंड कासरे न ओढताच आपणहोऊन एका बगलेला झाले आणि हांहां म्हणता एकेक गाडी मागं पडू लागली. एकेक गाडी तोडली जाऊ लागली तशी हरीबाच्या गाडीची चाकं भिंगरीसारखी फिरू लागली. गाडी पाठीमागनं येऊन वाऱ्यासारखी पुढं निघाली. तशी सारी घालमेल उडून गेली. गाड्यांना गाड्या घासून निघाल्या. बैलांचे पाय भुईला लागेना झाले. पेटत्या फटाकडीच्या माळेगत चाबूक वाजू लागले आणि आपटबारागत काठ्या फुटू लागल्या.

भान विसरलेला दौल्या डोक्यावरचा पटका हवेत उधळू लागला, तर कधी छत्रीचं बुजगावणं दाखवण्यासाठी तो गाडीच्या जूपर्यंत वाकू लागला. आरडाओरडा करून दोघाही भावांचे घसे बसून गेले होते. मधे लागणाऱ्या निरनिराळ्या मुऱ्याला उभे राहिलेले त्यांचे साथीदार गाडीबरोबर पळत जाऊन काठ्या हाणू लागले आणि बैलांना भुजवण्यासाठी त्यांच्या अंगावर आपटबार फुटू लागले.

दुसरा मैल मागं टाकून हरीबाची गाडी तिसरा मैल कापत होती. या वेळपर्यंत तेरा गाड्या तोडल्या होत्या. अजून माळ्याची गाडी दिसत नव्हती; पण निम्म्या गाड्या तर पाठीमागं पडल्या होत्या. आणखी थोड्या वेळात राहिलेल्या गाड्या पाठीमागं टाकणार ह्याची खात्री वाटू लागली. नेटानं तो गाडी हाणू लागला. दौल्या दात-ओठ खाऊन वरनं काठी हाणत होता. बैलही चेंडूगत उडी घेत होते. हरणागत त्यांच्या उड्या लांब पडत होत्या.

चौथा मैल मागं पडला. पाठीमागनं येणाऱ्या गाड्या दिसत होत्या. समोरच्या तांड्यातच माळ्याची गाडी होती. हरीबाच्या गाडीत आणि त्याच्या गाडीत आता फक्त दोन कासरेच अंतर उरलं होतं.

दौल्या अंगावर पालथं पडून हातातली छत्री आळीपाळीनं दोन्ही अंगाला

दाखवून खोंडांना भुजवू लागला. गाडी समोरच्या गाड्यांना येऊन भिडली आणि डोळ्यांचं पातं लवतं न लवतं तोच हरीबाची गाडी बगल काढून उजव्या अंगाला झाली आणि नीलगाईगत बैलांचे पाय त्या रस्त्याला कापू लागले. सोसाट्याच्या वाऱ्यागत सगळ्याच गाड्या बेफाम धावू लागल्या. पायाखालचा रस्ता हादरू लागला. चाकांच्या कण्यातनं धूर निघू लागला. जिवाची पर्वा न करता बैल तुफान सुटले होते आणि जनावरं मेली तरी बेहत्तर असं समजून गाडीवान बैलांचा पिट्टा पाडीत होते. त्यांच्या हाडांचा बुकणा उडाला होता. कृष्णा माळी तर सारखं मागं बघूनच गाडी पुढं हाणत होता.

हळूहळू पुढं धावणाऱ्या गाड्यांचा वेग कमी झाला. जनावरं फेसकाटून गेली होती. तोंडातनं फेस लोंबत होता. पाय उचलून पुढं जाण्याची ताकद अंगात राहिली नव्हती. वरनं कितीही मारलं तरी पाऊल पुढं पडत नव्हतं.

हरीबाच्या खोंडांचा दम अजून टिकून होता. हरणागत धावणारी ती गाडी तशीच पुढं धावत होती. दौलू त्यांना एकसारखा उसकत होताच. आणि समोर येणारा मुरा एकाएकी जवळ आला.

गाडीचा तो वेग बघून मुद्दाम हरीबानं उभे केलेले ते लोक भांबावले आणि अंगावर येणाऱ्या त्या गाडीला थोपवून धरण्याऐवजी ते लोकच आपला जीव वाचविण्यासाठी चारी दिशांना पांगून बाजूला झाले.

विस्त्याच्या खेंडागत तापलेली ती जनावरं आवरणं आता त्याच्या देवालाही शक्य नव्हतं. गाडी दुसऱ्यांदा भकली. वाट सोडून रानात शिरली. चार-चार बोटं चाकं जमिनीत घुसू लागली तरी गाडीचा वेग काही आवरत नव्हता. मग दौलूनं खाली उडी टाकली आणि गाडीच्या आडवं व्हायला म्हणून तो सारखा धावू लागला. हरीबाही दात खाऊन कासरे ओढत होता. तो गाडीत पाठीमागं सरकून बसला आणि आपल्या पायांची तटणी पाळण्याच्या दोन्ही बावकड्यांना लावून तो कासरे ओढू लागला. तापलेल्या सळीगत त्या कासऱ्यांनी त्याच्या हातांचे पळके निघत होते; पण त्याला कशाचीच शुद्ध नव्हती. तो एकसारखा दात-ओठ खात होता. आपली सारी शक्ती हातात आणून तो कासरे मागं खेचत होता. वेसणीला ओढ लागून बैलांची नाकं फाटली होती. रक्तानं त्यांच्या नाकपुड्या भरल्या होत्या. श्वासोच्छ्वासाबरोबर त्यांचे फूत्कार हवेत उडत होते. तोंडात फेस मावत नव्हता. फड्याच्या पिकलेल्या बोंडागत त्यांचे डोळे लालभडक झाले होते. त्यांच्या रेशमासारख्या मऊ अंगावर आडवेतिडवे वळ उठून कुंड झाले होते. जागजागी कातडी सोलून निघाली होती.

एका अंगानं धावणारा दौलू बैलांना गाठून काठी फोडू लागला. मघाचे पांगलेले लोकही धावून आले आणि गाडी फिरून वाटेवर आणली.

या वेळी आणखी दोन-चार मागच्या गाड्या हरीबाला पाठीमागं टाकून पुढं गेल्या होत्या. हरीबानं समोर पाहिलं तर माळ्याची गाडी तो पल्ला गाठून चिठ्ठ्या देण्यासाठी उभ्या असलेल्या माणसाला वळसा घालत होती. त्या गाडीला बघून हरीबाच्या पोटात कालवून आलं. हाता-तोंडाला आलेलं पीक रातोरात कुणीतरी लुटून नेलं म्हणजे जसं वाटेल तसंच हरीबाला त्या माळ्याच्या गाडीकडे बघून वाटू लागलं. पण हरीबानं धीर सोडला नाही. भरघोस दाणा भरलेल्या जोंधळ्याची धाटं कणसांच्या ओझ्यानं जमिनीवर लोळू लागली, की, शेतकरी जसा त्यांना फिरून उभं करतो तसंच हरीबानं फिरून एकदा बैलांच्या शेपट्या मुरगळायला सुरुवात केली. त्या दमल्या जिवांच्या पाठीवर दौलूही बेभानपणे काठ्या फोडू लागला.

माळ्याची गाडी चिठ्ठी घेऊन परत फिरली तरी हरीबा गाडी हाकतच होता. माळी परत फिरला आणि पाठोपाठ दुसऱ्याही पाच-सहा गाड्या परत फिरल्या. त्यांच्या आणि हरीबाच्या गाडीत आता खूप अंतर पडलं होतं. पुढं निघून गेलेले गाडीवान आता हरीबाला विसरूनही गेले होते. हरीबाच्या गाडीची धास्ती त्यांना मुळीच वाटत नव्हती. आणि तरी हरीबा दात खाऊन चाबूक हाणत होता. दौलू पटका उधळून, छडी दाखवून नाना तऱ्हेने बैल भुजवत होता; पण पुढं गेलेल्या गाड्यांमधलं अंतर काही तुटत नव्हतं.

अखेर हरीबानं एका अंगाचा पल्ला गाठून चिठ्ठी हातात घेतली; आणि त्या माणसाला वळसा घालून गाडी परत फिरली तसा हरीबाला पुन्हा नवा जोम आला, तो उठून उभा राहून चाबूक हाणाय लागला. चाबूक वाजेल तसे बैल पळू लागले आणि एकाएकी एका खोंडानं आपला एक पायच वर धरला. काही केल्या तो उड्डाण घ्यायला तयार होईना.

गाडी तशीच पुढं निघाली. माराच्या भ्यानं ते लंगडणारं जनावर पाय वर धरूनच पळत होतं, पण जोडीच्या बैलाची बरोबरी त्याला करता येत नव्हती, आणि सोगा मागं पडला की वरनं चाबकाचे तडाखे आणि काठ्या फुटत होत्या. पायाखालचा रस्ता सोडून बाहेर ओढायचा प्रयत्न केला तर जास्तच मार मिळत होता. मार खाऊन अंग सुजून गेलं. ह्यातनं सुटका कशी करून घ्यावी हे त्याला कळत नव्हतं आणि भांबावल्यागत नजरेनं, तोंडातनं फेस गाळत ते आपला एक पाय वर धरून उडी घेण्याचा प्रयत्न करीत होतं, पण उडीच पडत नव्हती.

हरीबा आणि दौलू त्याला सारखे मारून त्याचा सोगा मागं पडू देत नव्हते.

पुढे गेलेल्या गाड्या पार दिसेनाशा झाल्या आणि एकाएकी शर्यतीच्या फज्ज्यावरनं शिंगाड्यानं फूऽफूऽऽफूऽऽऽ असं शिंग वाजवलं. त्या शिंगाचा आवाज हरीबाचं काळीज कापत गेला.

माळ्याची गाडी नक्की फज्ज्याला जाऊन पोचली, हा विचार त्याच्या मनात

आला, तसे हातातले कासरे ओढून त्यानं गाडी उभी केली आणि तो दौलूला म्हणाला, "जरा कासरं धरून बस बघू तू."

"आणि तू काय करतोस?"

"सांगितल्यालं काम मुकाट्यानं कर!"

दौल्यानं कासरे हातात घेतले. बैलांना कधी उभं राहीन असं झालं होतं. पळून-पळून त्यांची ध्याई सोकली होती. पाय भरून आले होते. सासण-काठीचा तोल जावा तशी त्यांच्या पायांची गत झाली होती. त्यांना धड पायांवर उभंही राहता येत नव्हतं. भेलकांडल्यागत स्थिती झाली होती. गाडी जरा उभी राहताच त्यांनी धाप टाकली आणि विसाव्यासाठी वर मान करून ते उभे राहिले.

तोवर हरीबा खाली उतरला. गाडीतली एक नेटकी काठी हातात घेतली आणि त्या लंगडणाऱ्या जनावराजवळ जाऊन तो आपल्या हातावर थुंकी टाकत म्हणाला,

"तुझ्या आयला तुझ्या, एवढं खाऊन फुकट घालकविलंस? दौल्या, कासरा धर, जागचा हलू देऊ नगोस. मुडदाच पाडतो ह्याचा!"

कासरे घट्ट हातात पकडून दौल्याही म्हणाला, "हाण त्याच्या पायावरच. आयला त्याच्या! त्याला लंगडायला काय रोग आला? हाण! उडीव!"

कासऱ्याची वेसणीला ओढ होती, मागं गाडीचं ओझं होतं आणि पायांत जीव राहिला नव्हता. अशा स्थितीत हरीबा दोन्ही हातांत काठी घेऊन त्या कोवळ्या जनावरांच्या पायांवर काठ्या उडवू लागला...

■

टिपिशन

लोकांची एकेक झोप झाली तरी जयसिंगराव पाटील आपल्या रानातल्या खोपीत बसूनच होता. डोकं धरून बसला होता. काय करावं, कसं करावं, हाच विचार सुरू होता; पण काही सुचत नव्हतं. डोकंच चालत नव्हतं. समोर घोंगड्यावर पडलेला बिडीबंडल रिकामा होत आला होता, काड्यांची पेटी अर्धी झाली होती. तोंडातली विझलेली बिडी पुन्हा पेटवून जयसिंगराव म्हणाला, "बाबूराव, घ्या की बिडी."

समोर बसलेल्या बाबूरावानं बंडलातली एक बिडी उपसली आणि ती स्वत: न पेटवता लांब हात करून तो म्हणाला, "शिव्या, धर. बिडी पेटीव."

शिव्यानं गुमानंच बिडी पेटवली आणि मग ते तिघंही न बोलता बिडी ओढत राहिले. मघापासून दोन तास हे असंच चाललं होतं. कुणाचंच डोकं काम देत नव्हतं. प्रश्न महाकठीण होता. तो कसा सोडवावा हे कळत नव्हतं; पण काहीतरी करून मार्ग काढणं भागच होतं.

बिडीचा एक झुरका मारून जयसिंगराव म्हणाला, "कसं करावं, बाबूराव?"

बाबूरावानं शिव्याला विचारलं, "काय रं, काय तरी बोल की. काय सुचतंय का?"

शिव्यानं अवघडलेली मांडी बदलली आणि सप्पय बसून तो म्हणाला, "जयसिंगराव, काम सलपं न्हाई हे! घासंल म्हंजी लई घासंल!"

दांडपट्ट्यागत हात हलवून बाबूरावही बोलला, "तर हो! ह्या कायद्याम्होरं काय करता? गाडी मस्त पळंल म्हणती; पर घुन्ना लागलाय नव्हं चाकाला?"

पुन्हा एक नवी बिडी पेटवून जयसिंगराव विचार करीत बसला. आता ह्या कायद्यातनं पळवाट तरी कशी काढावी? ह्यातनं सुटायचा मार्ग तरी काय? किती

विचार केला तरी वाट सापडत नव्हती. आरून-फिरून गाडी त्या कायद्याला येऊन थडकत होती. कशीही वाट काढली तरी ती तिथंच येऊन पोचत होती. असा ह्या कायद्याचा तिडा कसा सोडवावा हे न कळून बाबूरावानं पुन्हा बंडलातली एक बिडी उपसली आणि ती पेटवून तो म्हणाला, "जयसिंगराव, आता कसं करू..."

"कसं?"

"आपला रोडच बदलू; काय?"

"आणि रं?"

"आणि काय, दुसऱ्याच वाटेनं आता जरा इचार करू."

जयसिंगरावाला जरा तल्लखपणा आला. बाबूराव काहीतरी तोडगा काढणार असं वाटून त्यानं विचारलं, "आरं, पर कसा इचार करायचा?"

"पोरगी तर तुमच्या मनात भरलीया?"

"मनात भरलीया का? पक्की रुतलीया! काय वाटंल ते झालं तरी लगीन लावायचं एवडं खरं!"

मध्येच शिवानं तोंड घातलं, "अहो पर जयसिंगराव, एक लगीन होऊन तुम्हाला पोर झालंया ह्याची काय वाट?"

बाबूराव त्याला हातानं ढकलून म्हणाला, "तू गप रं."

"गप काय? पैली बायकू हयात असताना दुसरं लगीन करतोस कसं? मी इचारतो ह्यो मुद्द्याचा परश्न हाय!"

"तुझा मुद्दा ठेव गुंडाळून!"

"अरं, पर कसा?"

"डोस्क्याला पटका गुंडाळल्यागत! कसा म्हणून काय इच्चारतोस?"

"अरं, पर कायदा हाय न्हवं?"

"अरं ह्या कायद्याच्या! काय करतो तुझा कायदा?"

"काय करतो?"

"व्हय व्हय! काय खातो का गिळतो? तुझा कायदा हाय पुस्तकात! हितं न्हाई!" बाबूराव असा अचानक बदलून आरडून बोलू लागला तसा शिव्या तोंडाला कुलूप घालून गप बसला. शिव्याचं तोंड असं गप करून बाबूराव म्हणाला,

"जयसिंगराव, लगीन करायचं हे तर तुम्ही मनानं धरून चाल्लाय?"

"व्हय. त्यात काय वांदं न्हाई. अगदी शिमेंट कांक्रीट झालं असं समजा तुम्ही!"

"मग अडचन काय हाय?"

"काय म्हनजे? अडचण हाय कायद्याची."

बाबूराव डोळं झाकून फाडकन बोलला, "झक मारला कायदा! काय बिघडत न्हाई कायद्यानं."

हा विचारच नवा वाटून जयसिंगराव जरा पुढं सरकून बसला आणि म्हणाला, "काय वाकडं होणार न्हाई म्हंतोस?"

"हे भ्याच सोडा तुम्ही."

"असं कसं?"

मग तो डोळे मिटून सांगू लागला, "पाटील म्हंजे गावचा राजाच का न्हाई? त्याच्या जिवावर सारं गाव जगतं हे तर खरं? अहो, मग गावच्या राजाला भ्या का पडावं हे सांगा की. काय शिव्या, हे खरं का खोटं?"

"ते बरोबर हाय गा."

"मग चुकी कुठं हाय लेका?"

"न्हाई, पर कायद्यात गावल्यावर राजा तरी काय करनार?"

"वडिंग्याचं येडपंच हाय कुटलं!" असं म्हणून बाबूरावानं विचारलं,

"तुझं म्हन्नं काय – केस होईल हेच न्हवं?"

"व्हय. त्यालाच भ्याचं. ह्यो उद्या अब्रूचा परश्न हाय."

"अरं अब्रूच्या! पर केस घालनार कोन? कुणीतरी तसा तक्रारी अर्ज करायला पायजे का नगो? आता तलाटी काय पाटलांच्या इरुद्द जाऊन अर्ज लिवनार हाय का?"

जयसिंगरावानं मिशीच्या टोकाला एक तिडा देऊन सांगितलं, "माझ्या इरुद्द अर्ज लिवायला तलाठ्याचा बा याला पायजे गोरीतनं उठून!"

"मग सांग बघू केस कशी होनार आनि कोन घालनार?"

"एकांद्या येळेला गावातला कुनी तरी टग्या उठायचा!"

"कशाला? का जेवायचं हाय व्हय तिथं! का उष्ट्या-पत्रावळ्या काढायच्या हैत लेका?"

जयसिंगराव आत्मविश्वासानं बोलला, "छे छे! गावकऱ्यांपैकी कुनी ब्र न्हाई काडनार!"

"तसं कोन काय करनार न्हाई म्हना."

"हंग्गाशी! आता कसं बोल्लास? केसच होनार न्हाई, तर मग त्या कायद्याचं येवडं भ्या का बाळगायचं हे सांगा की!" असं म्हणून बाबूरावानं घोंगड्यावरची एक बिडी उचलली आणि ती न पेटवताच दातांत धरून तो म्हणाला, "जयसिंगराव, बेलाशक लगीन करून टाकू! मागं-फुडं बघायचं काय कारनच न्हाई!"

जयसिंगरावालाही जोर चढला. दोन्ही अंगांच्या मिशा पिरगाळीत तो म्हणाला,

“बेलशिक लगीन करून टाकू! आणि काय आलंच अंगावर तर काय नाचार हाय काय आम्ही? भारोभार पैसा वतून एकाला दोन बॅलिस्टर घालू की ह्या कामात! ह्या बोटावरची थुंकी त्या बोटावर केली म्हंजे झालं न्हवं?”

“येवडा इचार कशाला करता? तुम्ही आपलं डोळं झाकून लगीन करा बगू!”

एवढ्यात कुणाचीतरी चाहूल लागून दावणीचा बैल उठून उभा राहिला आणि कुडाला लागून बसलेलं कुत्रंही गुरगुरू लागलं, तसा जयसिंगराव बसल्या जागेसनं बाहेर बघत म्हणाला, “कोन हाय रं?”

“का हो जेसिंगराव! म्या हाऱ्या हाय जाधवाचा.”

उगाच त्याच्या आई-बहिणीचा उद्धार करून जयसिंगरावानं विचारलं, “कुठं गायब झाला हुतास?”

हाऱ्या जवळ येऊन घोंगड्यावर बसला आणि पटक्यात खोवलेली चंची बाहेर काढत म्हणाला, “खावा पान, कंपनी लई गोळा झालीया?”

त्याच्या चंचीकडे न बघताच जयसिंगराव दम भरून म्हणाला, “इतका का रं येळ? भडव्या, लगीन हून झाली की चार वरसं!”

“चेष्टा करू नगा पाटील. मला निरोपच येळानं मिळाला.”

“काय सांगतोस लेका!”

“गळ्याशपथ! सुटल्या म्हणा. गावासनं आता घरला आलो न्हवं? भाकरी खाऊन धड चूळसुदिक भरली न्हाई. बरं, का बलावणं केलंत?”

बाबूराव हसून म्हणाला, “नांगूर धरायचा हाय!”

“कुटं ते?”

“काय लेका इचारतोस? तिथं परश्न मोठा गहन पडलाय अन् तुझा पत्त्या न्हाई.”

“बरं, मग काय सांगा तरी.”

“आपली आदुबाई...”

“तिला आनि काय रोग झाला?”

“तिची लेक...”

“कोन, सुंदरी? तिनं आनि काय करून ठेवलं?”

“काय केल्यालं न्हाई अजून, पर जेसिंगराव लगीन करावं म्हंत्यात तिच्यासंग.”

“आनि हो?”

“आनि गेली तानीकडं!”

“अरं, पर सरळ बोल की. परश्न काय हाय?”

“परश्न हाय लग्नाचा.”

मग सावकाश चंची सोडत हाऱ्यानं खाली बघतच विचारलं, “सुंदराताई पसंत

तर पडलीया का?''

जयसिंगराव संतापून बोलला, ''लेका, पसंत न पडाय काय झालं? काय काळीबेंद्री हाय व्हय? तिकीट काढून बघायला गेलं तरी असं रूप नदरं पडंल का?''

''रूपाबद्दल न्हाई म्हणत म्या. पर जातीचं कसं? पदुर कसा जळनार?''

बाबूराव नाराजीनं म्हणाला, ''हॅट लेका! म्हातार मानसावानी बोलू नगो काय तरी!''

''बरं, ऱ्हायलं! मग पसंत हाय, तर खुटलंय कशात? तिच्या आईचं मन न्हाई व्हय?''

''तिची आई हाय कबूल.''

''नसली कबूल तर पळवून न्हेऊ.''

''लेका, परश्न हाय कायद्याचा.''

''काय म्हंतो कायदा?''

''दुसरं लगीन करता येत न्हाई.''

हऱ्या दचकून जागं झाल्यागत म्हणाला, ''अरं त्यच्या आयला! व्हय की!''

''पर आमचा इचार असा हाय...''

''कसा?''

''कायदाच धाब्यावर बसवायचा!''

''बसवावा.''

''तसं न्हवं लेका. पाटलांच्या इरुद्द कोन जाईल का?''

''आता ते म्या काय सांगू?''

''लेका, सरळ बोल की.''

खालमानेनं हाऱ्यानं सावकाश तंबाकू मळून फकी मारली आणि वर तोंड करून तो म्हणाला, ''काय मर्दानो घोटाळ्यात पडलायसा! त्यात एवडं अवगाड काय हाय? मॉप दुसरी लग्नं हुत्यात! कोन दादसुद्धा घेत न्हाई! पन परश्न असा हाय - पाटलांच्या घरातलं वारं काय म्हनंल?''

जयसिंगराव रुबाबात बोलला, ''कोन काय म्हन्नार हाय घरात मला?''

हाऱ्यानं घुटका गिळल्यागत तंबाकू गिळून सवाल टाकला, ''पाटलीनबाई कशा खपवून घेतली?''

''कोण पाटलीनबाई?''

जयसिंगरावाच्या बोलण्याचा रोख न ओळखल्यागत दाखवून हाऱ्या म्हणाला, ''अहो, आपल्या पाटलीनबाई... तुमच्या धरमपत्नी आणि गावाच्या मातुशिरी.''

आपला अधिकार दाखवून जयसिंगराव बोलला, ''किती केलं तरी माझी

बायकू हाय ती!"

"व्हय, म्हनूनच म्हंतो."

"काय म्हंतोस? वर नजर करून बघायची छाती हाय का तिला माझ्याकडं?"

"आता ते आमाला काय ठावं?"

"मी सांगतो न्हवं - तोंडातनं एक शबुद पडायचा न्हाई भाईर तिच्या!"

हाऱ्या जोरानं मान हलवून म्हणाला, "मग काय हरकत न्हाई. पर आईसाब गप बसतील का? न्हाईतर तुमच्यासंगं आमचीबी वरात निगायची!"

तोंड मिटून गप बसलेला शिवा न राहवून म्हणाला, "व्हय, वाळल्यासंगं वल्लंबी जळून जायचं!"

"अरं लेकानू, आईसाब काय म्हन्नार? दोन शबुद बोलतील आन् गप बसतील झालं!"

एवढ्यानं हाऱ्याचं समाधान झालं नाही, हे पाहून जयसिंगराव खुलासा करू लागला, "अरं, किती केलं तरी आईचं आतडं कुठं जातंया का? समज, उद्या काय झालं आन् मी डोस्क्यात राख घालून घेऊन कुटंबी निगून गेलो, तर काय करावं, असा इचार आईचं मन करलंच का न्हाई?"

बाबूरावनं भर घातली, "आईसाब काई करणार न्हाईत... मी वाटल्यास लिवून देतो... घे!"

"लेका, आंगठा उठवाय येतो का नीट?"

"अरे, भावार्त सांगितला... तू लिवून ठेव वाटल्यास."

जयसिंगराव शेवटी सार काढून म्हणाला, "आईसाब असंच म्हन्नार की आपल्या पोरानं पसंत केलीया न्हवं... करंना... पोरगं सुकी असलं म्हंजे झालं."

अशा रीतीनं आईचा प्रश्न निकालात निघाल्यावर हाऱ्यानं चंचीतली पानं पुन्हा बाहेर काढली आणि त्यांचे देठ खुडत तो म्हणाला,

"काय शिव्या, मग तुझं काय मत हाय?"

"मला घोर पडलाय जेसिंगरावांच्या चुलत्याचा."

"व्हय की जेसिंगराव, सगळं झालं पर तुमचं चुलतं काय म्हंतील?"

"ते काय म्हन्नार? अरं, किती केलं तरी चुलता तो चुलता!"

"अहो, असं कसं बरं? चुलता म्हंजे परतेक्ष बापाचा भाऊ! काय लांबचं नातं हाय व्हय? आता आबांच्या मागं तुमच्याव् त्यांचाच अधिकार न्हाई का?"

"हे बग -" असं म्हणून जयसिंगरावानं एक उदाहरण सांगितलं, "एका झाडाला जरी दोन फांद्या असल्या तरी त्या दोनीची तोंडं दोन दिशेला असत्यात का न्हाई? तसा आमचा बुडका जरी एक असला तरी आता फांद्या दोन झाल्याच गा!"

"अहो, ते झालं, पर कळकळ म्हनून..."

"कसली कळकळ! झाडाची एका अंगाची फांदी तोडली तर दुसऱ्या अंगाची फांदी गपच बसती न्हवं? का काय झालं म्हनून चौकशी कराय येती ह्या अंगाला? कोन चुलता आनि कोन पुतन्या घेऊन बसलाईस खुळ्या! चुलता कशाला शानपन शिकवाय जाईल मला?"

आपल्या डाव्या हाताच्या तळव्यावर अंगठ्यानं तंबाखू मळत हाऱ्या म्हणाला,

"जेसिंगराव, मग आमचं काय म्हन्नं न्हाई म्हनंनासा."

"मग करावं लगीन?"

"काय हरकत हाय?"

"पर कुटं करावं आनि कसं? ह्याचा गाजावाजा न होईल असं कराय पायजे."

"त्यात काय! जावा नरसोबाच्या वाडीला आन् गांधी पद्धतीनं पाच मिंटांत लगीन लावून या की माघारी."

सगळं आपल्या अंगावर ढकलून हाऱ्या बोलू लागला तसा जयसिंगराव रागानं म्हणाला,

"या की म्हंजे? लेकानू, तुम्हीच फुडं होऊन कराय पायजे... मी एकटा काय मरू का?"

"बरं, सगळं मरू!"

"मरतोस काय म्हणून?"

"तसं न्हवं. आम्ही हातभार लावायला हायच हो! पर एक सांगा, पोरगी आन् तिची आई तर तयार हाय न्हवं?"

बाबूरावानं उलटा प्रश्न विचारला, "पोरगी तयार नसायला काय झालं? आणि असला राजा गवसल्यावर तिच्या आईचं काय जातंय?"

"मग काय म्हन्नं न्हाई वो." असं म्हणून त्यानं आपली सगळी तक्रार बंद केली आणि तो मुकाट्यानं गप बसून राहिला. मनातल्या मनात या गोष्टीचा खोलवर विचार करून तो म्हणाला, "जेसिंगराव, मी सांगतो असं करा."

"करा काय? करायचं तुम्ही! मी फकस्त लग्नाला येऊन उभा ऱ्हाणार!"

"बरं, मग असं करू -"

"काय करू? खोडा घालू नगो नवा."

"न्हाई हो, मला इगत सुचलीया."

"काय सांग बघू."

"कायद्यालाच टांग मारायची!"

"कशी?"

"नुसती छडीटांग लावायची!"

"अरं, पर कशी?"

"कायद्याला कायदाच ठेवून द्याचा."

"म्हंजे? ते कसं काय?"

"लगीनच लावायचं न्हाई!"

"हॅट लेका! कायतरी बोलू नगो."

"अहो, ऐका तर खरं. माझी पालिसी तर बगा!"

"मग काय करायचं म्हंतोस?"

"माझं नीट ऐकून तर घेनार का?"

"बरं, बोल."

"लगीन झालं अशी नुसती भुमका उटवायची. पोरीला आणून घरात ठेवायची. आट-पंदरादी काय होतं, काय न्हाई ह्याचा दूम घ्यायचा, आणि काय होत न्हाई असं दिसलं म्हंजे एक दिस गुमान वाडीला जाऊन लगीन करून याचं."

"अरं लेका, पर असं आजचं काम उद्यावर का लांबवायचं?"

"का म्हंजे? अहो, समजा, काय झेंगाट मागं लागलंच, तर आपल्या काका वर करायला बरं!"

"ते कसं?"

"व्हय. सांगायचं. कुटं लगीन लावलंय दावा की! घरकामाला बाई आनून ठेवलीया. ती काय बायकू हाय माझी? असं त्यास्नी वर इचारायला आपुन पुन्हा मोकळं व्हायचं! कसं?"

तोडगा झक्क निघाला. पण जयसिंगराव थोडा विचार करून म्हणाला, "अरं, हे सगळं खरं, पर अशा गोष्टीला ती पोरगी तयार व्हायला नगो का?"

"मग लव कसलं राव? जरा तोंड वाकडं करा, म्हंजे ती आपुनच होती तयार!"

"आनि तिची आई काय म्हनंल?"

"भलेऽऽ! तिच्या आईला कशाला ह्यो खुलासा कराय निगालाय?"

"तिला समजू द्याचं न्हाई व्हय?"

"अहो, सांगायचं, सगळा चोरीचा मामला हाय! फकस्त पोरीला घेऊन जानार. आई न्हाई आनि बा न्हाई - कुनी याचं कारान न्हाई. काय?"

"पटलं! आता जादा खल नगो. उद्यालाच सुंदरीला सांगून ठेवतो. परवा लगीन झालं असं उठवून टाका."

"कवा, आधीच?"

"न्हवं. परवाला आम्ही दोघं दिवसभर हुतो कुटंतरी गपगार. चांगली तिन्हीसांज झाल्यावर तिला घेऊन वाड्याव् जातो. त्या दिवशीच उटवा रं."

हातातला आडकित्ता हलवत हाऱ्या म्हणाला, "बेष्ट! मंगळसूत्र बांदायाला

मतुर इसरू नगा. हिरवागार चुडाबिडा भरायचा आणि झाकीत लगीन झाल्यागत घरात आनायची! तवर आम्ही दिवसभर बोंबलतो! मग काय पायजे? गावात सगळीकडं बाजा करतो - मग झालं?''

बाबूरावला ही आयडिया नंबरी वाटली. आणखी एक बिडी पेटवून तो म्हणाला,

''जेसिंगराव, ठरवा! आता पाया चांगला मजबूत झाला! कोन तुमच्यामागं टिपिशन लावनार हाय बगू की! आपुनबी काट्यानंच काटा काडायचा... सोडायचं न्हाई!''

...सकाळी दहा-अकरा वाजेपर्यंत हाक्यांनी रान उठवावं तसं ह्या दोघांतिघांनी मिळून सारं गाव जागं केलं. लोक रानातली कामं सोडून गप्पा मारीत गावात राहिले. जिकडं जावं तिकडं एकच विषय. दुसरं बोलणं नाही. चौकशीला पाटलांच्या वाड्याकडं मुंग्यांची रीघ लागल्यागत माणूस जाऊ लागलं. जयसिंगरावाची आई खुळ्याकावऱ्यागत करू लागली, आणि पाटलीणबाईला तर चिंध्या फाडायची वेळ आली. कशावर विश्वास ठेवावा हेच समजत नव्हतं. प्रत्यक्ष जयसिंगराव आल्याशिवाय खुलासा तरी कसा व्हावा?

सकाळपासून वाड्यातल्या एकाही माणसानं तोंडात पाणी घेतलं नाही का कुणाच्या पोटात एक अन्नाचा कण गेला नाही.

असाच सबंध दिवस गेला आणि तिन्हीसांज टळल्यावर जयसिंगराव सुंदरीला घेऊन वाड्यावर आला.

त्या दोघांना दरवाजात बघून देवडीवरचा सणदी पळत आत गेला, आणि ऊर बडवत पाटलीणबाई जी बाहेर आली ते जयसिंगरावापुढं तिनं कपाळमोक्षच करून घेतला. थाडथाड पायरीवर डोकं आपटून तिनं रक्ताचं शिपण करून घेतलं, तशी सासू बिचारी धाव घेऊन आली - आणि सुनेची ही अवस्था बघून तिची छाती हबकली. गळा काढून तिनं सारा गाव जमा केला. माणसांनी वाडा भरून गेला. वारा यायलासुद्धा थारा राहिला नाही.

पाटलीणबाई डोळे पांढरे करून पडल्या होत्या. दातखिळी बसली होती. कपाळाला भली दांडगी खोक पडून त्यातनं रक्त वाहत होतं. तिला मांडीवर घेऊन सासू गळा काढून रडत होती. कुणी पापण्या वर करून डोळ्यांत बघत होतं, तर कुणी नाकाला कांदा लावत होतं.

जयसिंगरावाच्या पायांच्या तळव्यांना घाम सुटला होता. तोंडावर हातभर लांब पदर काढणारी बायको अशी काही दंगल उडवून देईल याची त्याला कधी कल्पनाच नव्हती. एकंदर सगळं गाडंच उलटलं होतं. कमरेत लवून मुजरा करणारी माणसं

तोंडावर थुंकत होती. सुंदरीची अवस्था तर त्याच्या पलीकडची झाली होती. एवढ्या मोठ्या वाड्यात कुठं दडावं ते तिला कळत नव्हतं.

पाटलीणबाईनं एकदा श्वास घेतला आणि डोळ्यांची पापणी जरा हलवली, तसा जयसिंगरावाला धीर आला. बायको मरत नाही एवढं नक्की झाल्यावर तो सुंदरीला घेऊन आत चालला. तो चोरागत आत निघाला हे बघताच त्याची आई मांडीवरच्या सुनेला खाली ठेवून आडवी झाली आणि खणखणीत आवाजात बजावून बोलली, "गुमान मागं फीर! कुटल्या म्हारणीला घेऊन आत घुसतोस? जातीची का गोताची आमच्या?"

"कुणाला म्हारीण म्हंता?"

खाडकन एक थोबाडीत देऊन त्याची आई म्हणाली, "लई शेफारून बोलतोस? कलावतणीची पोरगी सून म्हणून मी नांदवू? अशा भोडर्या घरात आणून ठेवायला वाडा न्हाई बांधला तुज्या आज्ज्यानं!"

जयसिंगरावाच्या तापट डोक्यातनं एक सणक आरपार गेली आणि सुंदरीचा हात धरून तो म्हणाला, "चल ग, कोण आडीवतंय बघू!"

आपल्याला ढकलून हे पोर आत जाणार असं दिसून येताच ती अब्रूदार बाई आपणहोऊन बाजूला झाली, आणि जयसिंगराव सुंदरीला घेऊन आत गेला. तोंड दडवून आतच बसला.

हळूहळू बाहेरचा गोमगाला कमी झाला. गावातली गोळा झालेली माणसं निघून गेली आणि रात्र झाली तसे जयसिंगरावाचे सारे भाऊबंद गोळा झाले. आता खरी मीटिंग सुरू झाली. जयसिंगरावाला बाहेर तोंड काढायची पंचाईत होऊन गेली.

नात्यातली चार मंडळी जमल्यावर त्याच्या चुलत्यालाही बळ आलं. रात्रीच्या वेळी गप झोपायचं सोडून मंडळी चौकशी करीत बसली. आत जयसिंगरावाचाही जीव दागदूग करीत होता. एवढ्यात त्याच्या चुलत्यानं सोप्यातनंच हाक मारली, "जेसिंगराव, बायकूला सोडून जरा भाईर या."

वळीव पावसातला ढग गडगडावा तसा चुलत्याचा आवाज ऐकून जयसिंगरावाच्या अंगातलं सारं अवसानच गळालं. सुंदरीच्या काळजाचं पाणी पाणी झालं. ती त्याचा हात धरून म्हणाली, "आता काय करतील हे? भाईर नका पडू."

तोवर चुलत्याची आनि एक हाक कानावर आली, तसा तो थरथरल्या अंगानं बाहेरच्या सोप्यात आला. अपराध्यागत खाली मान घालून तो समोर उभा राहिला, तसे चुलते गरजले, "झेंडा लावला म्हना की घराण्यात आमच्या! पराक्रम करायला दुसरीकडं काय वाव गावला न्हाई जणू? कोण जातीची पोरगी हाय ही?"

सगळ्यांदेखत ही चौकशी सुरू झाली तसा जयसिंगराव न बोलता मुर्दाड

होऊन उभा राहिला. आता कोडगं बनल्याखेरीज दुसरा काही उपायच नव्हता. जयसिंगराव तोंड उघडेना तसे चुलते पुन्हा कडाडले,

"जेसिंगराव काय समजलाय तुम्ही? नीट बोला, न्हाईतर हंटरनं कातडी लोळवीन अंगाची!"

जयसिंगरावाचे चुलते कडक होते हे खरं, पण त्यांचा हा कडकपणा जयसिंगरावाच्या वाट्याला प्रथमच आला होता. चुलता झाला म्हणून काय झालं? तोंडाला येईल ते बोलायचं हा कुठला न्याय? आणि उगाच कोण खपवून घेणार? जयसिंगरावाला हे सहन न होऊन तो फाडकन म्हणाला,

"कोण कातडी लोळवतंय? काय संबंध तुमचा?"

"भाड्या बोलतोय तरी बघा कसा!" असं म्हणून त्याची आई म्हणाली, "ठोका त्याला चांगला! त्याबिगर न्हाई वटणीवर यायचा. त्याला कुनाचा दरकारच ऱ्हायला न्हाई."

"दरकार ऱ्हायला न्हाई? आम्ही काय मेलो न्हाई अजून! बोला जेसिंगराव घडाघडा."

जयसिंगरावानं एकदा मान वर करून बघितलं आणि बोलल्याशिवाय आता धडगत नाही हे जाणून तो म्हणाला, "हाय कलावतणीची."

"मग तिला आपल्या जातीत घेऊन आपुन आपली जात सुधारली जणू!"

मुकाट्यानं ऐकून घेत तो उभा राहिला तसे चुलते पुन्हा विचारू लागले, "दोन लग्नांचा कायदा तर ठाऊक होता का न्हाई? आता तुम्ही तुरुंगात खडी फोडाय गेल्यावर आमची अब्रू कशासंगं मोजली जाणार? सांगा की तेवढं! बोला!"

तो काही बोलायच्या आत दुसरेच दोघं-तिघं बोलू लागले, "अहो, आता गुन्हाच जर केलाय तर तुरुंगात जायची पाळी आलीच की!"

"तर हो! साऱ्या गावभर डंका झालाया. ते काय झाकून ऱ्हानार हाय व्हय?"

कायदा, तुरुंग, शिक्षा, अब्रू ह्यांवर जो तो कडाडून बोलू लागला. तुरुंगवास भोगावा लागणार यात कुणाला तिळभरसुद्धा शंका उरली नाही. तशी जयसिंगरावाची आई कपाळ बडवत जाब विचारू लागली,

"तुरुंगात जाऊन बसायला जलम दिला व्हय तुम्हांला?"

कुणीतरी री ओढून म्हणालं, "बघा की! एवढं हाताचा पाळणा करून लहानाचं थोर केलं आणि आता हाता-पायांत बेड्या पडलेल्या बघायच्या म्हंजेऽऽ त्या आईनं करावं तरी काय?"

आई डोळे गाळीत म्हणाली, "मला नदीवर पोचवून तर मग हे असं करायचं हुतंस!"

जयसिंगरावाचं टाळकं नुसतं भिरमिटून गेलं. त्याला काव आला आणि तिथंच

भिंतीला पाठ टेकून तो खाली बसला. मेलेल्या किड्याला मुंग्यांनी ऊत आणावा तसं सगळ्यांनी मिळून त्याला येडगटून टाकलं. त्यानं डोळे मिटून घेतले तरी त्याच्या डोळ्यापुढं तुरुंगाच्या खड्या भिंती काही बाजूला होईना झाल्या. त्यातनंही मन घट्ट करून तो मनात म्हणत होता, 'तरी बरं, परत्यक्ष लगीन केल्यालं न्हाई! हाऱ्याचं ऐकलं हे सोळा आणे काम झालं.'

तुरुंग हा विषय चगळून चगळून पार चौथा झाल्यावर त्याच्या चुलत्यानं दुसरी एक बाजू रंगवायला सुरुवात केली, "आता असं बघा जेसिंगराव, तुम्ही हे इचारपाचार न करता काय तरी करून मोकळं झाला, पर माझा परश्न किती बिकट होऊन बसला!" असं म्हणून आपलं वैयक्तिक गाऱ्हाणं तो मांडू लागला, "माझ्या न्हात्याधुत्या तीन लेकी घरात बिनलग्नाच्या बसून हैत. आता पावणं याचंजायाचं दिस आलं. काय तरी लग्नाच्या देण्या-घेण्याच्या वाटाघाटी चालायच्या, तर तुम्ही हे असं करून बसला. आता कोण काळं कुत्रं तरी दारात उभं ऱ्हाईल का आमच्या? माझा परश्न झाला का बिकट?"

"तर हो! कुणीबी सज बोलनारच की - कुनाच्या लेकी तर अशा न् अशा!"

अशी एकानं भर घातली आणि चुलता ओरडून म्हणाला, "अहो, डागच लागला की जातीला! वरच्या पायरीवरचा माणूस एकदम गर्रकन खालच्या पायरीवर न्हाई का आला?" असं म्हणून तो पुन्हा मूळ प्रश्नाकडे वळला, "आता माज्या लेकी खपायच्या कुटं आणि त्यास्नी करून घेणार तरी कोन? त्यात आमच्या लेकी दिसायला जरा डाव्या. पुना परश्न अवगाड झाला का? आता त्यांची लग्नं कशी व्हायची ते सांगा बघू!"

दिवस उगवून चांगला वर येईपर्यंत हाच प्रश्न चालला होता. सकाळी उठून माणसं आपापल्या उद्योगाला लागण्याऐवजी उगीच वाड्यात येऊन बसू लागली. गर्दी वाढू लागली तसा चुलता आपला प्रश्न नेटानं मांडू लागला. लोक त्याला साथ देऊ लागले. एवढ्यात एक बैलगाडी वाजत आली आणि वाड्यापुढं येऊन उभी राहिली. गाडी बघून कुणीतरी पुढं सांगत आलं - "म्हेवणा आला जयसिंगरावांचा."

तो बहाद्दर आपल्या बायकोच्या दंडाला धरून आत आला आणि जयसिंगरावापुढं तिला उभी करून म्हणाला, "ही तुमची भन. आजपतुर चांगली नांदीवली. आता हितनं फुडं आमचा संबंध तुटला!"

मेहुण्याचं हे आगंतुक बोलणंच कळेना, तसा एकजण म्हणाला, "पावनं, बसा तरी."

"कुठं? हितं बसू? आमच्यासारख्यांनी यावं, बसावं असं काय उरलंय काय ह्या वाड्यात? मर्दानू, जग तोंडावर थुकाय लागलंय आमच्या!"

"पर जयसिंगरावाच्या भनीनं काय पाप केलंया?"

मेहुणा संतापून बोलू लागला,

"अहो, काय बोलता तुम्हीबी! खानदान घराणं म्हणून संबंध जोडलेला. आता ह्या खानदानीचा मान काय ऱ्हायला का आम्हाला? कोणबी म्हन्नारच की अमक्याची बायकू ही अशा घरातली हाय. कशी नांदवावी मग तिला हे सांगा बघू... काय माझं लगीन होणार न्हाई असं वाटतं तुम्हाला? एक सोडून आठ बायका करून दावीन! हो... शान्नव कुळीचा म्हराटा हाय म्या!"

"अवघडच झालं खरं!"

"अहो, चांगलंच अवगाड झालं! आता उगंच गम्मत बगा - तान लागून मघापासनं माझा जीव व्याकुळलाय, पर पानी पीन म्हंता का मी ह्या घरात?"

लगेच कुणीतरी तांब्याभांडं आणून त्याच्यासमोर धरलं; पण गडी त्याला न शिवताच उभा राहिला. सगळ्यांनी मिनत्या केल्या, सासूनं जीव तोडून सांगितलं; पण बहाद्दर पाण्याचा एक थेंब काय तोंडात घ्यायला तयार होईना.

जयसिंगरावाला वाटलं, ही काय आफत येऊन बसली? मी लगीन केलं म्हणून या म्हेवण्याच्या जातीला बट्टा लागायला काय झालं? आयला, ही माणसं तराकल्यावानी अशी का कराय लागल्यात? किती केलं तरी पावण्याचं पावणं आणि कोंडिबाचं म्हेवणं! ह्यांच्या पोटात का गोळा उठावा?

जयसिंगरावाची बहीण धरून आणलेल्या कोकरागत उभी होती. तिच्याकडं बघून त्याच्या पोटात ढवळून आलं. तो रागानं म्हणाला, "दाजी, माझ्या चुकीबद्दल अक्काला का शिक्षा? तिनं काय गुन्हा केलाय?"

भांडण ऐन रंगात आलं आणि एक घोडं दारात येऊन उभं राहिलं. "घोडं आलं - घोडं आलं -" असं म्हणतात तोवर पाठोपाठ जयसिंगरावाचा सासरा घोडं न बांधताच आत आला आणि चौकातल्या पायरीवरच बसून विचारू लागला,

"बाबा जेसिंगराव, माझ्या तीन प्रश्नांची उत्तरं द्या. माझी लेक काय वांझोटी हुती? काय तुमच्यापाशी ती नांदत न्हवती? का पावणं या नात्यानं आमच्याकडनं काय गुन्हा झालाय?... बोला घडाघडा! ह्यांतली एक जरी चुकी झाली असली तरी आलो तसा घोडं घेऊन माघारी जातो. आमचीच चुकी म्हणून गप बसतो... काय मंडळी?"

माना डोलावून लोक म्हणाले, "बरोबर हाय. आपल्या बोलण्यात काय कसर न्हाई."

"काय चुकी असली तर कुणीबी फुडं येऊन दावावी. पदरात घ्यायला मी तयार हाय."

"हे अगदी लखख बोलणं झालं!"

"व्हय. आमचाच रुपाया जर खोटा असला तर भांडायचं तरी काय कारान?"

एकजण म्हणाला, "राइट! करेट बोलणं झालं हे!"

"पर आमची बाजू बरोबर असली, तर पोरीचं असंबी वाटूळं झालंय आन् तसंबी झालंय, मग म्या गप का बसू हे सांगा की?"

जयसिंगरावाच्या पोटात गोळा उठला होता. हा तिरकस डोक्याचा सासरा आता गप बसणार नाही याची त्याला पुरी कल्पना आली. पण त्याचं मन त्याला धीर देत होतं... काय घाबरू नगोस. काय लगीन झाल्यालं न्हाई काय न्हाई. कायदेभंग केला असता तर एक गोष्ट निराळी होती. आता भ्याचं काय कारण हाय?

जयसिंगराव असा विचार करीत बसला असतानाच सासरा आपल्या हातातली घोड्याला मारायची छडी खालच्या दगडावर आपटून म्हणाला, "मी वकिली सल्ला घेऊनच आलोय. पाच हजार हुंडा दिलाय तसं आनि दोन हजार वकिलाला दीन, पर ह्याची शानिशा लावल्याशिवाय थंड बसनार न्हाई मी! पोटच्या लेकीपरीस पैसा काय ज्यास्तीचा काय व्हय? न्हाई ह्याला खडी फोडाय लावून दिलं तर कान कापून हितंच पायरीवर ठेवीन!"

जयसिंगरावाला कड आवरला नाही. तो उसळून म्हणाला, "मग आत्ताच कान कापून ठेवा ह्या पायरीवर आणि जावा हात हलवत!"

पायरीवर बसलेला सासरा उठून उभा राहिला आणि विडा उचलून बोलावं तसं म्हणाला, "आत्ताच निगालो तालुक्याला! अरज लिवून खिशात ठेवल्यालाच हाय! खोटं वाटत असलं तर हे बग."

असं म्हणून म्हाताऱ्यानं आपल्या खाकी कोटाच्या खिशातनं एक कागदाची घडी बाहेर काढली आणि स्वत:भोवतीच गोल फिरून ती सगळ्या मंडळींना दाखवून तो म्हणाला, "कायद्याचंच टिपिशन लावतो मागं. कर संसार!"

म्हाताऱ्याच्या या बोलण्याचा काहीच परिणाम जयसिंगरावावर दिसून आला नाही, तसा तो पिकल्या मिशीला हात लावून म्हणाला, "म्याबी नावचा पाटीलच हाय! कायद्यानं न्हाई काम झालं तरी कुराडीनं तर होईल का न्हाई? मला तर आता किती दिस जगायचं हाय? कोण डरतंय बगू तरी!" असा दम भरून म्हातारा तडक बाहेर घोड्याकडं निघाला. आयुष्यात दोन खून पचवलेला सासरा असा तडकाफडकी बाहेर पडला, तसा जयसिंगरावाच्या मनानं थारा सोडला. कायद्याची भाषा होती तोवर ठीक होतं - भ्यायचं काही कारण नव्हतं. पण कुराडीच्या दांड्याला ऊद घातल्यावर काय करणार? त्यात आईपासून मेव्हण्यापर्यंत सगळेच उलटलेले. असला चुलता; पण त्यानंही काट्यावर धरलं होतं. जयसिंगरावाच्या तोंडचं पाणी पळालं. जतन करून ठेवलेली कायद्याची आबही नाहीशी झाली.

सासरा टांग मारून घोड्यावर बसला आणि दोन्ही रिकिबींत पाय अडकवून आता घोडं हाणणार असं दिसताच जयसिंगरावाला दम निघाला नाही. तो उठून पळत बाहेर गेला आणि सासऱ्याचे पाय धरून म्हणाला, "जरा खाली उतरा."

"कशाला खाली उतरू? काय जेवायचं हाय आता तुमच्या घरात?"

"न्हाई - पर एक गोष्ट सांगायची हाय."

"मग सांगा की हितं. कुणी तुमच्या तोंडात बोळा कोंबलाय?"

"असं न्हाई. आधी खाली उतरा. माझ्या फकस्त दोन गोष्टी ऐका आणि मग काय करायचं असंल ते करा. म्या काय न्हाई म्हणत न्हाई."

अंडील खोंडागत तुंबून बसलेला आपला जावई असा रेशमागत मऊ आला हे बघून सासरा मनात समाधान पावून घोड्यावरनं खाली उतरला. आता चांगली तासभर खरडपट्टी काढावी असा विचार करून तो पुन्हा मागं आला. मघासारखाच पुन्हा पायरीवर बसून म्हणाला,

"काय सांगा बघू भिगिदिनी."

"सगळ्यांदेखत कसं बोलू? जरा आत तरी चला."

"मला लांडा कारभार नगो तुमचा! हितं सगळ्यांदेखत बोलायला काय लाज वाटती? येळ लावू नगा. आटपा."

बोलावं का नको, बोलावं का नको, असा विचार करीत अखेरला हळू आवाजात जयसिंगराव सांगू लागला, "खरं म्हटलं तर म्या अजून लगीन केल्यालंच न्हाई."

"सारं गाव साक्षी देतं आणि तुम्ही मला थापा मारता?"

"थापा न्हाई मारत."

"तर काय थापाचा बा? कशाला खोटं बोलता, जयसिंगराव?"

तो काकुळतीला येऊन म्हणाला, "मामा, खोटं न्हाई बोलत मी."

"मला कळतं सारं. अहो, बाई ठेवली तर जग बोलत नसतं असं. तुम्ही काय सांगता मला? म्या न्हाई का मस्त एक सोडून चार बायका ठेवल्याऽऽ? पर असा गवगवा न्हाई बरं कुणी केला! बाई ठेवायला कोन नको म्हंतं तुम्हांला? पर असं लगीन काय म्हनून केलं?"

जयसिंगरावाला कसं सांगावं हे कळेनासं होऊन त्यानं सगळ्यांदेखत सासऱ्याचे पाय धरले आणि आपल्या कुलदैवताची शपथ खाऊन तो म्हणाला, "इसवास ठेवा अगर ठेवू नका - म्या काय लगीन लावल्यालं न्हाई ही गोष्ट खरी. सांगतो, ऐका तर माझं - का आपलंच घोडं फुडं दामटता?"

सासऱ्यासकट सगळी मंडळी थक्क होऊन गेली. कशावर विश्वास ठेवावा हेच कुणाला समजेना झालं. सगळ्यांच्या माना जयसिंगरावाकडं वळून राहिल्या आणि

काय ऐकावं ते थोडंच अशा भावनेनं लोक बघत राहिले. एकाच्याऐवजी दहाजणांनी विचारलं, "खरंच लगीन लावल्यालं न्हाई?"

"न्हाई, न्हाई!" असं चारदा सांगून जयसिंगराव सासऱ्याला म्हणाला, "लगीन काय लावल्यालं न्हाई आणि आता लावणार न्हाई. मग तर झालं?"

"ह्यो काय चिमित्कार मला उलगडंना झालाय. अहो, लगीन लावल्यालं न्हाई तर मग त्या बाईला घेऊन वाड्यात कसं आला?"

"आणि सबंध रात्रभर आम्ही दातांच्या कण्या करून घेतल्या तर मग आम्हाला का न्हाई बोलला?"

जयसिंगरावाला आपलं बिंग फोडणं आता भागच होतं. सगळे लोक आश्चर्यानं थक्क होऊन गेले होते. हा काय जयसिंगरावांनी खेळ केला होता हे कुणाला समजण्यासारखं नव्हतं. सगळे तोंड उघडं ठेवून ऐकू लागले. आणि जयसिंगराव सांगू लागला, "न्हाई बोललो हे खरं."

"अहो, पर असं का?"

"म्हटलं, बघावं काय होतं, काय न्हाई?"

"पर कशासाठी?"

आणि मग जयसिंगरावानं कथा उलगडायला आरंभ केला. जावयाच्या करामतीनं सासराही आनंदून गेला. जयसिंगरावाची गोष्ट रंगात आली. मंडळी खदाखदा हसू लागली आणि एकाएकी सुंदरीची आई धावत-पळतच वाड्यात येऊन उभी राहिली. तिला बघून एकजण म्हणालं, "हे आता आलं बगा केळवान!"

आरडाओरडा करीत ही बाई आत शिरली तसं जयसिंगरावाचं काळीज धाडधाड उडू लागलं. रंगात आलेली गोष्ट मध्येच तुटली. भान विसरून ऐकत बसलेले लोक चटाटा उठून उभे राहिले. आणि घोड्यागत थयथय नाचत सुंदरीची आई गळा काढून विचारू लागली.

"जेसिंगराव, असा कसा केसानं गळा कापला माझ्या लेकीचा? लगीन लावतो म्हणून तिला घेऊन गेलाऽऽ आणि फसवून घरात आणून ठेवली व्हय? मला सारा डाव कळलाय तुमचा! आत्ता बऱ्या बोलानं लगीन लावा, न्हाईतर पोरगी फितवून न्हेली म्हणून फिर्याद ठोकते तुमच्या इरुद्द! न्हातीधुती पोर तशीच घरात आणून ठेवलीसा - लाज तरी बाळगायची होती जरा! माझी पोरगी म्हंजे काय वाटंवरचा धोंडा वाटला व्हय तुम्हाला? काय बघितलंय राजं तुम्ही? मुकाट्यानं लगीन लावा, न्हाईतर उद्या पोलीस संगं घेऊन दारातच येते तुमच्या! बोला - काय करता सांगा!"

वाचा गेल्यागत जयसिंगराव बसल्या जागी निपचिप बसून राहिला. आता काय बोलावं आणि काय सांगावं हा प्रश्न त्याला पडला होता. मान वर होत नव्हती. जीभ

टाळ्याला लागत नव्हती आणि ती बाई पाय भुईला न लावता एक हात कंबरेवर ठेवून, दुसरा हात त्याच्या तोंडापुढं नाचवत त्याला विचारत होती,

"काय करता ह्याचं आदी उत्तर द्या... आटपा लौकर!"

कणव

चौगल्याचा अन्नापा त्या माळवाटेनं पाय ओढत निघाला होता. पायांतलं पायताण धुळीनं भरलं होतं. धोतराच्या खालच्या सोग्याला कुसळं डसली होती. उन्हानं चेहरा काळाठिक्कर पडला होता. खाली मान घालून तो पाय उचलत होता, पण खालच्या वाटेकडं त्याचं ध्यान नव्हतं. वाटेवरच मधोमध घालून ठेवलेला शेणाचा पू तुडवत आणि ठेचा खात तो निघाला होता.

दिवस मावळायला तो गावाजवळ आला. रानातली कामं आवरून गडीमाणसं घराकडं परतत होती. कुणी शेळ्या घेऊन चाललं होतं, कुणी म्हशीमागनं निघालं होतं. वाटेनं निघालेले हे सगळे लोक अन्नापा दिसला की थांबायचे. काळजीनं विचारायचे, ''काय गा, काय झालं?''

अन्नापाच्या घराचा सोपा माणसांनी भरला होता. त्याचीच वाट बघत लोक ताटकळून बसले होते. धुरानं काळ्यामिट्ट झालेल्या काचेचा एक कंदील खुंटीला अडकवला होता. अन्नापा आला तसे सारे हुशार होऊन सावरून बसले. काहीतरी कळंल म्हणून त्याच्या तोंडाकडं बघत राहिले.

पण अन्नापा आला आणि कोपरा धरून नुसता बसून राहिला. लोक आपली येवढी वाट बघत बसल्यात, त्यांना काहीतरी सांगावं-सवरावं, घडाघडा बोलावं, हे सगळं सोडून अन्नापा खुशाल आपला एक कोपरा धरून बसून राहिला. डोक्याचा पटका उशाला घेऊन त्यानं पाठ भिंतीला लावली आणि गडद डोळे मिटून तो विश्रांती घेऊ लागला.

तोंड शिवल्यागत अन्नापा असा बसून राहिला, तशी लोकांची चुळबूळ सुरू झाली. बसल्याजागी हालचाल झाली. पाल बोलावी तसे एक-दोघांचे ओठ पुटपुटले आणि अन्नापाचा चुलता अंगाला मागं-म्होरं झोल देऊन म्हणाला, ''काय गा, काय

काय झालं सांग तरी.''

अन्नापानं नुसतं डोळं उघडलं आणि वर आढ्याकडे बघत तो म्हणाला, ''तात्या, आता काय सांगू?''

''अरं, काय सांगू म्हंजे काय? काय झालं, काय न्हाई हे सांग की सारं घडाघडा.''

भिंतीला टेकलेला अन्नापा सरळ बसत म्हणाला, ''तात्या, दोन हजारांचा जामीन मागत्यात. त्याबिगार सुटका न्हाई पोराची.''

मग सारीच एकमेकांच्या तोंडाकडं बघत राहिली. हळूहळू वाळ्ळंच बोलणं निघालं आणि एकामागून एक सगळे उठून गेले. अन्नापा सोप्यात एकटाच राहिला तशी त्याची बायको जवळ येऊन म्हणाली, ''आता ह्यो जामीन कुठला द्यायचा?''

अन्नापा तोंडाला मिठी मारल्यागत नुसता बसून राहिला. तशी ती पुन्हा म्हणाली, ''अशी नुसती हराणकाळजी करून कसं चालंल?''

''तर मग काय करू?''

''काय तरी हात-पाय हलवाय नगोत?''

यावर आणि थोडा वेळ गेला आणि ती म्हणाली, ''भाऊजींची भेट तर झाली न्हवं?''

''भेट झाली की.''

''काय म्हनालं तरी काय?''

''काय म्हन्नार? ह्यातनं लौकर सोडीव हेच की.''

पदरानं डोळ्यांतलं पाणी पुसत तिनं विचारलं, ''न्हेल्याली भाकरी तर खाल्ली का?''

''अग, कशाची भाकरी खातंय? जुलमानं एक कोरभर लावली खायला...''

तिच्या पोटात डचमळून आलं. अन्नापाच्या शेजारी बसून ती हुंदके देऊ लागली. अन्नापाच्या पोटातही कालवून आलं. तिथं बसायचं होईना तसा तो उठला. बाहेर पडता पडता म्हणाला, ''जरा नागूमास्तरांच्याकडं जाऊन येतो. ते काय म्हंत्यात बघून तर येतो.''

अन्नापाला दारात बघून मास्तर म्हणाले, ''काय गा, तालुक्यासनं कवा आलास?''

''आलो मघा - सांचं.''

''बस, बस घोंगड्यावर. काय काय झालं सांग बघू.''

अन्नापा खाली बसला आणि आता बोलायला तोंड उघडणार येवढ्यात

मास्तरीणबाई आतनं मोठ्यानं म्हणाली, "ऐकलं का? अहोऽऽ, ऐकलं का? जरा आत येऊन जावा. आलासा का?"

"आलो, आलो -" असं म्हणून मास्तर उठले आणि आत गेले. ते आत गेल्यावर मास्तरीणबाईनं त्यांना चांगलं चुलीपुढं नेलं आणि हळू आवाजात ती सांगू लागली,

"ह्यो अन्नापा कुठंतरी गुतवंल बरं का तुम्हाला. मगाशी बायका म्हणत होत्या – त्याच्या भावाला सोडायला दोन हजारांचा जामीन मागत्यात म्हणं. तुम्ही नुसतं ह्या कानानं ऐकून घ्या आणि त्या कानानं सोडून द्या. काय? काय कळ्ळं न्हवं?"

"खुळीच हैस कुटली!" मास्तर म्हणाले, "बग, आपली कुवत आहे का जामीन व्हायची? येवढं मला कळत नाही व्हय?"

असं म्हणून मास्तर बाहेर आले. घोंगड्यावर ऐसपैस बसत म्हणाले, "बोल, काय काय झालं सांग बघू."

अन्नापा घोंगड्याच्या दशा सारख्या करीत खालमानेनंच सांगू लागला, "मास्तर, लई अवगड कोडं पडलंय म्हणंनासा... मास्तर, दोन हजारांचा जामीन मागत्यात. आता कसं करावं?"

काही बोलण्याऐवजी मास्तर मान खाली घालून घोंगड्यावर बोटं फिरवत बसले. बोलण्याकडं कान देऊन उभी राहिलेली मास्तरीणबाई तिथंच दाराला लागून खाली बसली. मुक्यानंच वेळ चालला. मास्तर काही तोंड उघडेनात तसा अन्नापा म्हणाला, "मास्तर, आता कसं करायचं? ह्यातनं वाट तरी काय दावा."

मास्तर जरा चुळबुळले आणि मग दाराच्या चौकटीकडं बघत म्हणाले, "गड्या, अन्नापा, आम्ही पडलो गरीब माणसं. आमच्या हातनं तर काय रेटणार हे?"

अन्नापा वर तोंड करून म्हणाला, "मास्तर, तुम्ही जामीन व्हा असं म्या म्हनत न्हाई. पर म्या आलोय ते तुमचा इचार घ्याला. काय करावं, कसं करावं ते तरी सांगा."

मास्तर तरी काय सांगणार? शाळेत पोरांनी मनात हिशेब करावा तसे ते अन्नापापुढं बसून राहिले. आता ह्यातनं काय मार्ग काढावा, काय इगत सुचवावी, हे त्यांना कळेना झालं. ते आपलं नुसतं देव पुजल्यागत बसून राहिले.

अखेर अन्नापाच म्हणाला, "मास्तर, बोला की आता काय करू? कुनाचं पाय धरू हे तरी सांगा."

मास्तर डोक्याला हात लावून म्हणाले, "अन्नापा, गड्या, आम्ही तरी काय सांगावं? तुमच्या जिवाला कोण होईल ते तुम्हाला म्हाईत, का आम्हाला?"

"मास्तर, पर मला काय सुचंनाच झालंय न्हवं... काय करावं हेच कळंना."

यावर दोघेही डोक्याला हात लावून बसले.

मास्तरांनी थोडका विचार केला आणि एकाएकी कळ सापडावी तसे ते म्हणाले, "अन्नापा, अरं खुळ्या, तुमचा किनीचा मामा हाय की मर्दा!"

अन्नापा जागचा हलला. नवी बैठक घालून बसला आणि म्हणाला, "मग आता कसं करूया?"

"कसं म्हणजे... किनीला जाऊन मामाला जामीन ऱ्हायला सांगायचं."

"मग मास्तर, आता येळ घालवायचा न्हाई."

"व्हय. रातोरात जाऊन ये म्हणजे सकाळचं उठून तालुक्याला जायाला बरं."

ह्यावर अन्नापा थोडं घुटमळला आणि कोडं घालावं तसं तो म्हणाला, "मास्तर, तुमी संगं याला पायजे माझ्या. न्हाई म्हनू नगा. मला एकट्याला काय सुचंना म्हनून म्हंतो."

त्यांना काय बोलावं हे कळेना झालं. धड नकार देता येईना आणि होकार द्यायचाही जमेना. तसा अन्नापा पुन्हा म्हणाला, "मास्तर, किनी काय लांब न्हाई – तासाभराची वाट. बोलत बोलत चला जाऊन येऊ."

काहीतरी कारण काढून मास्तर म्हणाले, "उद्या गड्या, सकाळची शाळा, कसं काय जमायचं?"

"नगा, न्हाई म्हनू नगा!" असं म्हणत तो उठला आणि खुंटीवरची टोपी काढून त्यांच्या डोक्याला अडकवत म्हणाला, "मास्तर, येवडं आमच्या जिवाला होत आलायसा आणि आता अशा येळंला न्हाई म्हनू नगा. उटा, उटा. चला, तासा-दोन तासांत येऊच की मागारी."

मास्तरांचा काही इलाजच चालेना तशी दाराला लागून बसलेली मास्तरीणबाई म्हणाली, "असं राच्चं जाण्यापरास सकाळ उठून शाळा करा आणि मग जावा म्हणं की."

अन्नापा कळवळून बोलला, "वैनी, गळ्याला फास लागलाय माझ्या म्हणून येवडी इनंती करायची! मास्तर, नगा येळ मोडू!"

अन्नापा हाताला धरून उठवू लागला तसे मास्तर म्हणाले, "बरं, चल जाऊन येऊ."

एका हातात लाटण आणि दुसऱ्या हातात काठी घेऊन अन्नापा म्होरं झाला. मास्तरही घराबाहेर पडले. परत येण्याच्या घाईनं दोघंही सुसाट सुटले.

...कुत्री भुंकू लागली तसा अन्नापा म्हणाला, "मास्तर, गाव आलं."

वेशीतला डांबकंदील जवळ आला. गावची पेठ लागली आणि मग मामाच्या वाड्याकडं जाणाऱ्या एका अरुंद बोळानं ते चालू लागले. लांबनं वाड्याच्या चौकातला दिवा दिसला तसा अन्नापा म्हणाला, "मास्तर, लोक जागं हैत अजून."

"बरं झालं. चल. उठवायचा घोर टळला."

ते दोघंही वाड्यापुढं आले. सोप्यात तक्क्याला टेकून अन्नापाचा मामा बसला होता. त्याला बघून अन्नापाचा जीव भांड्यात पडला. ते दोघंही पायऱ्या चढून वर सोप्यात आले, तसा मामा खाली बघूनच म्हणाला, "या."

अन्नापा मामापुढं खाली मान घालून अवघडल्यागत बसून राहिला. मास्तर मामाच्या तोंडाकडं बघत बसले; पण पाहुण्यांच्याकडं न बघताच मामानं पितळी पानपुडा पुढ्यात ओढून घेतला. संथपणे त्यातली पानं निवडून मांडीवरल्या धोतरावर ती स्वच्छ पुसून घेतली. त्यांचे देठ खुडले. मग सावकाश चुना लावला. सुपारी कातरली. पट्टी करून ती दाढेत धरली आणि खाली मान घालूनच ते तंबाकू मळत राहिले. हे बघून अन्नापा मास्तरांच्याकडं बघत राहिला. आपण येवढ्या रात्रीचं इथवर तंगड्या तोडत आलोय आणि मामा असा खाली मान घालूनच कसा बसलाय, हे अन्नापाला उकलंना झालं. आगळपगळ बोलणं नाही, चौकशी नाही. असं रातोरात का येणं केलं हे विचारणं नाही, फिचारणं नाही, चौकशी नाही. तोंडभरून 'या, बसा.' सुद्धा नाही. मामाची ही वागण्याची रीत अन्नापाला नवी होती. मामाची सगळी आगत गेली कुठं हेच त्याला समजंना झालं आणि मग तो धरून आणल्यागत मास्तरांच्या तोंडाकडं बघत राहिला.

ताटकळून मग मास्तरच म्हणाले, "पावणं, तुमचा भाचा आलाय आणि तुम्ही आपलं तोंड उघडून काय इचारपूसबी करंना झालाय! हे असं कसं बरं?"

मास्तरांचं बोलून झाल्यावर मामा आपल्या दोन्ही गुडघ्यांवर बोजा देऊन पुढं झुकला. चौकातच एक लांब पिचकारी टाकून पुन्हा तक्क्याला पाठ लावून बसला. डोळं मिटल्यागत केलं. दोन्ही अंगाच्या बगला उचलून हात डोक्यावर घेतलं आणि बोटं एकमेकांत घट्ट गुंतवून तो एकदा मोठ्यानं खाकरून म्हणाला, "त्याचं असं हाय पावणं... ते तुम्ही इचारू ने आणि आम्ही बोलू ने."

मामाचं हे बोलणं ऐकून अन्नापा कळवळून म्हणाला, "मामा, हे तुमचं काय तिड्याचं बोलणं मला कळंना झालंय. असं काय म्हनायचं हे मामा?"

"गड्या, अन्नापा, तुमच्या परसंगानं आम्हांलाबी खाली बगायची पाळी आलीया. मग आता काय बोलावं सांग बगू."

"मामा, हे काय बोलनं झालं व्हय?" अंगाचा तिळपापड झाल्यागत तो भडकून म्हणाला.

"बोलणं न्हाईतर काय? आता तुम्ही हाणामाऱ्या करून तुरुंगात जाऊ लागला

तर तुम्हास्नी भाचं म्हणायचं तरी कसं आम्ही? अरं, जे ते हिनवाय लागल्यात आम्हाला!''

मास्तर मध्ये तोंड घालून म्हणाले, ''आता जे होऊ नये ते झालंय. मग हे तुम्ही फुडं होऊन निस्ताराय तर पायजे का नगो?''

मामा खवळून म्हणाला, ''हाणामाऱ्या करा असं आमच्या भाच्याला आमी सांगितलं होतं व्हय? का परमिट दिलं होतं, तवा निस्तरावं?''

''आता तुमी मामाच हाय तर नको फुडं व्हायला?''

''भाच्याचं काय लगीन हाय व्हय, तवा ते फुडं होऊन करू?''

''अहो, लगीनकार्य काय कोनबी फुडं होऊन करतंय. पर ह्या कामालाच आता तुमी फुडं व्हायला पाहिजे.''

मामा शांतपणे म्हणाला, ''हे बगा पावणं, आमच्या बापजाद्यांनी कवा कोर्टकचेरीची पायरी चडल्याली न्हाई, आणि आजन्मात आपल्यावरबी ती पाळी कवा आल्याली न्हाई. तवा पावणं, ह्या कामात काय तुमी आमाला गळ घालू नगा.''

''अहो, अशा येळंला जर तुमी फुडं व्हायचं नाही तर मग तुमच्यागत येवडं दांडगेश्वर मामा असून भाच्यास्नी त्याचा उपेग काय?''

मामा कावला. तोंडाला आलं ते फाडकन् बोलला, ''ह्या कामापुरतं मामा मेला असं समजा! आमी त्यांचं मामा न्हवं आणि ते आमचं भाचं न्हवंत!''

हे ऐकून अन्नापा उठला. भुईचा कंदील उचलून हातात घेतला आणि एक पायरी खाली उतरून मागं न बघताच म्हणाला, ''मास्तर, आता उगा का वाडाचार? हे येरंडाचं गुऱ्हाळ काय उपेगी? चला, उठा.''

असं म्हणून तो बाकीच्या पायऱ्या उतरून खाली चौकात गेला आणि मास्तरांची वाट बघत उभा राहिला. तसा मामा जागचा हलला. मघाचा सगळा राग गिळून म्हणाला, ''अरे एऽऽ अन्नापा असं रागानं जाऊ नगो. आलायस ते आलायस - रातोरात ऱ्हा आन् सकाळ उटून जा म्हणं.''

अन्नापाचं टाळकं आता भिरमिटलं होतं. तो पार रस्त्यावर जाऊन उभा राहिला आणि तिथनंच ओरडून म्हणाला, ''मास्तर, आता काय म्हणूनशान बसलायसा बरं तितं? पडा भाईर आदी.''

मास्तरही उठून बाहेर आले, तसा मामा म्हणाला, ''मर्जी तुमची!''

ते दोघंही वाड्याच्या बाहेर पडले. सारं गाव आता शांत होतं. सगळीकडे सामसूम होती. चांगली बक्कळ रात झाली होती. चालता चालता अन्नापा म्हणाला, ''मास्तर, हे असलं मामा नसल्यालं बरं.''

''आता तेच तेच उगाळून काय फायदा? दुसरं कायतरी बोल.''

''आता दुसरं तरी काय बोलू?''

"अरं, मामाचा एक मार्ग खुटला. आता दुसरा बघायचा. असा घाबरा का होतोस?"

आपल्याला कोण साहाय्य होईल, ह्याचा विचार करीत तो निघाला. आपले इष्टमैतर, पै-पावणं, नातीगोती ह्यांचा विचार करता करता त्याला एकाएकी आपल्या मेहुण्यांची आठवण झाली. आता आपलं काम झालंच असं वाटून तो म्हणाला, "मास्तर, धागा गावला!"

"काय, सांग तर खरं."

"मास्तर, आता असंच म्हेवण्याकडं जायचं."

"घुणकीला?"

"व्हय - तिकडंच."

"म्हणजे आणि तीन मैलाचा फेरा पडला. फेरा पडू द्या, पर अन्नापा, काम होईल असं तरी वाटतंया का?"

"मास्तर, सख्खा मामा त्यो असा निगाला. मग ह्यो तर भनीचा नवरा, नशिबावर हवाला टाकून जायाचं."

"बरं, चल. खडा टाकून बघू."

त्यांना घुणकी गाठायला चांगली मध्यान्‌रात टळली होती. पहिली गस्त फिरून गेली होती. रानात घाणा सुरू असल्यानं मेहुणा घरात नव्हता. मग तिथं वेळ न घालवता ते लगोलग रानाकडं निघाले.

बत्तीच्या उजेडात अन्नापाला समोर बघून गुळाच्या रव्याला पाठ लावून बसलेला त्याचा मेहुणा लगबगीनं उठून पुढं झाला. जवळच पडलेलं एक घोंगडं पसरून म्हणाला, "बसा."

ते दोघंही घोंगड्यावर बसले तसा मेहुणा अन्नापाच्या कानाला लागून म्हणाला, "मला आजच दुपारी कळलं - तवापासनं कशात चित्तच लागंना झालंय. बरं, लगोलग तिकडं निघून यावं तर मागं हे गुराळ लागल्यालं. सकाळी कायबी करून याचं येवजलं होतं. तवर तुमी आला हे झॅक झालं! बरं, आता कुटवर आलंय? म्होरं काय हे सांगा बगू."

मेहुण्याचं हे गोड बोलणं ऐकून अन्नापाला समाधान वाटलं. पाहुणा निदान आपुलकीनं बोलतोय हे काय थोडं झालं? मास्तरांनाही बरं वाटलं. एवढं अपरात्री चालून गेल्यागत काहीतरी सार्थक झालं. मग अन्नापानं पहिल्यापासून सारा पाढा वाचून दाखवला आणि तो म्हणाला, "दाजी, ह्या जामिनावर येऊन ठेपलंया बगा. आता कसं करायचं हे सांगा."

"मामानं असं केलं म्हंता?" असं म्हणून त्यानं एक श्वास सोडला आणि मान खाली घालून तो नुसताच बसून राहिला. तसे मास्तर वेळ जाऊ नये म्हणून फाडकन

बोलले, "पावणं, आता इचार कसला करतासा? अन्नापा तुम्हाकडंच आशेनं आलाय. आता तुम्हीच म्होरं होऊन काय तरी केलं पाहिजे."

"त्याचाच इचार करतोय." असं म्हणून त्यानं खाली पडलेलं एक उसाचं चिपाड उचलून घेतलं आणि तो ते शांतपणे सोलत बसला.

थोडा वेळ गेला आणि मास्तर पुन्हा म्हणाले, "मग पावणं, त्यात इचार कसला करायचा?"

"त्याचं असं हाय." असं म्हणून तो आळीपाळीनं दोघांच्या तोंडाकडं बघून सांगू लागला, "अशा येळंला आमी धावून जायला पायजे ते आमाला सांगाय लागतंय का? येळ-परसंगाला जर व्हायचं न्हाई तर मग त्या पावण्यास्नी घेऊन करायचं काय? पर गड्या अन्नापा, माझ्या रानावर सगळा बोजा होऊन चुकलाय न्हवं! आमचं हात-पायच खुटल्यात हो. तवा म्या जामीन हुनार कसा?"

असं म्हणून तो पुन्हा चिपाड सोलत बसला. अन्नापाही हिरमोड झाल्यागत खाली मान घालून बसला. असा प्रत्येकजण विचार करीत राहिला आणि मग एकाएकी हातातलं चिपाड बाजूला टाकून मेहुणा म्हणाला,

"गावात देसायांच्याकडं जाऊन एक शब्द टाकून बगितला का?"

अन्नापा मुंडी हलवून म्हणाला, "न्हाई. त्यांच्याकडं न्हाई गेलो."

"देसायांच्यागत येवडा दांडगेश्वर गावात असताना दुसरी गावं कशाला हिंडायची?"

मास्तर म्हणाले, "असला सख्खा मामा तर त्यानं असं धुडकावून लावलं आणि मग परकं माणूस कशाला जवळ करील हो?"

"तसं न्हाई पावनं. देसाई म्हंजे राजा मानूस हाय! मनात याची फुरसत - मग दोन हजार म्हंजे त्याला किस झाड की पत्ती! काय अन्नापा, खरं का खोटं?"

अन्नापानं मान हलवून होकार दिला तसा तो म्हणाला, "आता म्या सांगतो असं करायचं."

"कसं?"

"सकाळी दिस उगवायला देसायांच्या वाड्याकडं जा. त्यांची देवपूजा आटपून ते भाईर आलं की, गापकन त्यांच्या पायालाच कवळा घालायचा. काम झालंच म्हनून समजा!"

अन्नापानं तोंड पसरून विचारलं, "काम होईल म्हंता?"

"मला साक्षात्कारच झालाय. ती बघा पालसुदिक बोलली. आता उटाच तुमी. असंच सुटा ते थेट गाव गाठा. आता आग्रॅव करून तुमाला ठेवून घ्याची काय ही येळ नव्हं... आनि हे बगा - म्याबी हिकडं चौकशीला लागलोच. तसा काय चानस दिसला तर मानूस धाडतो. मग आता उटा कसं तुमी."

दोघेही उठून गावाच्या वाटेला लागले. चालता चालता अन्नापा म्हणाला, "मास्तर, मामापेक्षा मेव्हणा बरा का न्हाई?"

"तर गा. निदान आगळपागळ बोलला तरी."

"आनि मास्तर, कळकळ असल्याबिगर कोन बोलतोय?"

"तर? कळकळीशिवाय कुटलं आलंय?"

"आता काम न्हाई का होईना, पर म्होरची वाट तर दावली."

"तो तरी काय करणार? बोजाच जर हाय -"

बोलत बोलत ते गावात येऊन पोचले. अजून दोन तास रात्र होती. मास्तरांना पोचवून जाताना अन्नापा म्हणाला, "सकाळ उठून जातो देसायांकडं. तुम्ही साळसनं येईस्तवर कळंल काय हुतंय ते."

"व्हय. जाऊन तर ये."

"आशा हाय. आता बगू काय हुतंय -" असं म्हणून अन्नापा घराकडं गेला. एक घटकाभर पडावं म्हणून त्यानं भुईला पाठ लावली, पण डोळा लागला नाही. तो तसाच पडून राहिला.

...सकाळची शाळा करून मास्तर घरला आले तर सोप्यातच अन्नापा गुडघ्यांत मान घालून बसला होता. त्याचा चेहरा बघून त्यांनी ओळखायचं ते ओळखलं. तरीपण त्याच्या शेजारी बसत ते म्हणाले, "काय गा, काय झालं?"

अन्नापानं खालचा ओठ पुढं करून नुसती मुंडी हलवली. मास्तर म्हणाले, "काय काय झालं?"

"आता काय सांगायचं मास्तर? त्यांनी एक दांडगी कानीच लावली."

"म्हणजे काय झालं तरी काय?"

"आता काय सांगायचं? त्यांनी आपला सारा जमाखर्चच माझ्याफुडं मांडला. लेकीच्या लग्नाचं पंदरा हजार - एक पोरगं डागदारी कोर्सला हाय त्याचं म्हैन्याला दोनशे - असं सगळं अभंडच सांगत बसलं... आनि मग ही कानी न्हाई तर काय?"

"अरं, जरा मिंत्या करून तर बगितल्या का?"

अन्नापा म्हणाला, "आता कसल्या मिंत्या? धरणं धरूनच बसलो हुतो न्हवं? पर माझ्या मुद्दयालाच येईनात. आपलीच येळ अशी त्याला काय करायचं?"

असं म्हणून त्यानं पुन्हा मान गुडघ्यात घातली आणि तो मुसूमुसू लागला. स्तब्ध उभं असलेलं झाड एकाएकी वाऱ्यानं गदगदा हलू लागावं तसा भडभडून आलेला अन्नापा हलू लागला. त्याला हुंदके आवरेना झाले.

मास्तर त्याला सावरण्याचा प्रयत्न करून म्हणाले, "अन्नापा, अरं, असं

येड्यावानी करून कसं चालंल?"

त्यानं मान वर करून एक मोठा हुंदका दिला आणि तो म्हणाला, "येड्यावानी करू नको तर काय करू? मास्तर, आता माझा भाऊ कसा सुटणार हो? त्याला तुरुंगात ठेवून आमी जगावं तरी कसं? आता काय करू सांगा तरी. आता कुनाचं पाय धरू? कोन वाली हुईल?"

मास्तर धीर देत म्हणाले, "अरं, होईल कोण तरी वाली. एक न्हाई दुसरा बघायचा."

"मास्तर, आता आनि कुनाकडं जाऊ? मामा झाला, म्हेवना झाला, हे देसाईबी झालं. जावं तिथं अपेशच हाय न्हवं. आता ह्यातनं कशी वाट काडायची? मास्तर आता तुमी तरी सांगा माझ्या भावाला कसं सोडवायचं?"

मास्तरांच्या अंत:करणाला पाझर फुटला. एक चार एकर जमीन मास्तरांना होती. बिचारे खाऊनपिऊन सुखी होते. त्याचा 'क', 'ड'च्या उताऱ्यावर कुणाचा बोजा नव्हता. त्यांच्या मनात आलं, अन्नापाला घेऊन चावडीवर जावं आणि आपल्या आहे त्या जमिनीचा उतारा काढून त्याला जामीन व्हावं. आता वेळच आलीय तर काय करायचं? मास्तर द्रवले. मनात आलं तसं ते उठून उभे राहिले. खुंटीची टोपी काढून डोक्यावर ठेवली आणि अन्नापाला म्हणाले, "चल, ऊठ."

तोंड वर करून अन्नापा म्हणाला, "मास्तर, आता आनि कुटं जायचं?"

"ऊट तर खरं."

मास्तरांच्या पत्नी आतनं बाहेर येऊन म्हणाल्या, "काय पोटाची शुद्धबिद्ध हाय का न्हाई तुम्हास्नी? रात सारी भटकून आलायसा. अजून काय खाल्लं न्हाई आणि कुठं निगालासा?"

मास्तर घोटाळले. खाली बघत ते तसेच उभे राहिले. तसा अन्नापा म्हणाला, "मास्तर, कुनाकडं जायचं म्हंता?"

"मनात आलतं एकाकडं जावं म्हणून; पर कुटलं काम होणार? काय खरं नव्हं?" असं म्हणून ते खाली बसले. डोक्यावरची टोपी काढून ठेवली आणि धोतराच्या सोग्यानं कपाळावरचा घाम पुसत बसून राहिले.

■

माहेर

कडुसं पडलं होतं. शेतावरनं गुरं-माणसं घरी परतली होती. घराघरांत चुली पेटल्या होत्या. क्वचित कोणी हातात लाटण घेऊन रस्त्यानं जाताना दिसत होता. मधूनच एखादी बैलगाडी जायची. तिच्या चाकाची धाव धोंड्यावर आदळून मोठ्यानं वाजायची.

इटुबा जुगळ्याही मघाच शेतावरनं येऊन सोप्यात खांबाला टेकून बसला होता. बसल्याजागीच तो तंबाकूची पिचकारी जोत्याच्या तोंडाला हाणी. बाहेर रस्त्यावरनं गाडीचा आवाज आला की तो डोळे बारीक करी आणि वेध घेऊ लागे. अधुनमधून आतनं आवाज येई, ''गाडी आली काय?''

गाडीचा आवाज जवळ जवळ येई आणि गाडी घरावरनं निघून गेली की एक पिचकारी मारून तो म्हणे, ''न्हाई, मगदुमाची जनू.''

झेले, मगदुम, पारिसाण्णा ह्यांच्या गाड्या घरावरनं गेल्या. आता रस्त्यावरची वर्दळही थांबली. इटुबाची बायकूही चुलीवर दूध तापवून ठेवून बाहेर सोप्यात येऊन बसली. अजून गाडी का आली नाही म्हणून दोघंही काळजी करीत बसली.

इटुबानं बसल्या बसल्या सुपारी कातरली. पानाला चुना लावला. त्याची बारीक पट्टी करून त्यानं तोंडात घातली आणि काताचा खडा तोंडात टाकून तो म्हणाला, ''येळ झाला. लौकर गाडी जोडायची का न्हाई? आयला, पॉरच खुळं जलामलं बग!''

नाकात तपकिरीची चिमूट कोंबीत त्याची बायकू म्हणाली, ''पावन्यांनीच येळ मोडला असंल, त्येला माजं पॉर काय करंल हो?''

तंबाकूची गुळणी आवरीत तो म्हणाला, ''तर! पॉर लई शानं! बालिस्टर लागून पडला का न्हाई!''

ती हसून म्हणाली, "तुमचं फुरं! अहो, पावन्यांच्या गावासनं निगायचं म्हंजे जेवानखान, बोलनं-चालनं, बांधाबांध - सारं आवरूस्तर वकुत हुयाचाच की."

यावर इटुबानं जोत्याची एक पायरी रंगवून तोंड मोकळं केलं आणि पैशाची पिशवी खुळखुळ वाजवावी तसा तो हसून म्हणाला, "च्यायऽलाऽऽ! येवडं आगतीचं पावनं पडलं काय तुजं? च्याचं तांबडं पानी शिप्पीभर देताना जीव खालीवर हुतुया त्येंचा! तुझा जावई कवा त्वांडभर बोलतोया तर काय कुनासंगं? अग, शब्दाला पैसा पडतूया त्येच्या!"

"मग काय पोराला जेवल्याबिगार धाडतील?"

एवढ्यात गाडीचा आवाज कानांवर आला. धाव मोठ्यानं आदळू लागली आणि मागोमाग 'अरं, हौशा कीऽऽ' असा आवाज आला.

ती म्हणाली, "आपला लक्षाच जनू."

"मग काय, लेक आली काय तुजी?" असं म्हणून इटुबा जागचा उठला. खुंटीवरचा पटका डोक्यावर ठेवून गडबडीनं तो जोता ओलांडून बाहेर गेला.

गाडी जवळ आली. इटुबाचा बायकूनं ओवाळायला पाण्याचा तांब्या आणि भाकरीचा तुकडा हातात घेतला आणि ती दरवाजात येऊन उभी राहिली.

तवर गाडी आली खरं, गाडीत तिची लेक नव्हती. तशी ती हिरमुसली. पाण्याचा तांब्या आणि भाकरीचा तुकडा घेऊन तशीच आत गेली आणि सोप्यात बसून तिनं डोळ्याला पदर लावला.

पोरगं अजून गाडीत होतं तवरच इटुबानं विचारलं, "काय रं, काय झालं?"

काही उत्तर न देताच लक्षा गाडीचे बैल सोडता सोडता शिव्या देऊ लागला. पावण्यांच्या दहा डुईंचा त्यानं उद्धार केला, आणि इटुबाकडं बघून तो म्हणाला, "आमी लावून देनार न्हाई म्हनालं."

मग बाप-लेकांनी मिळून बैल गोठ्यात बांधले. कुऱ्हाड घेऊन इटुबानं कचाकचा कडबा तोडला. लक्षानं तो दावणीत टाकला आणि दोघं मिळून सोप्यात आले.

लक्षाची आई अजून डोळ्याला पदर लावून हुंदके देत होती. इटुबानं बसल्या जागी पुन्हा पान खाल्लं आणि तंबाकूची गुळणी तोंडात धरून तो विचार करू लागला. लक्षानं तो सोप्यातलाच तांब्या घेऊन जोत्यावर चूळ भरली आणि त्यानंही तिथंच बूड टेकलं. तिघंही तोंडाला मिठी मारून गुमान बसून राहिली.

काही वेळ गेला आणि मग इटुबा बसल्याजागीच जरा पुढं सरकला. थुंक टाकून त्यानं खॅस मारली, "हं - आता फुरं रडायचं. रडायला काय तुजं आई-बा गेलं काय?" असं म्हणून त्यानं पोराला विचारलं, "काय रं, पावण्याचा इचार तरी काय हाय?"

लक्षा एक शिवी हासडून म्हणाला, "इचार कसला आलाय? ती ननंदच लई

जोरात होती.''

''काय म्हंतीया तर काय ती?''

''ती म्हंतीया, आमी तुमाला मेलो आणि तुमी आमाला मेला.''

इटुबा जरा बूड सावरून बसला. हाताच्या मधल्या बोटानं आपल्या छातीवरचा मळ काढत म्हणाला, ''पर ही कोन लागून गेलीया हे सांगायला? तिचा दाल्ला काय म्हनाला?''

''अगा, त्यो काय बोलतोया! त्यो त्या ननंदच्या मुठीतच हाय गा. तिलाच इचार म्हनाला.''

तसा इटुबा तावला, ''काय ह्यच्याभनं जावई! आता उद्या जाऊन वडूनच आणतो. बगतो कसली हाय ती ननंद!'' म्हणून तो जागचा उठला. बायकोला म्हणाला, ''चल, वाड चल.''

डोळे पुसत ती उठली. बाप-लेक जेवायला बसले. घास मोडता मोडता इटुबानं विचारलं, ''काय रं, पावन्यांनी जेवान तर केलतं का न्हाई?''

''न्हाई. एकदा गुळाचं ऊन पानी दिलतं तेवडंच. त्यास्नी काय दानत हाय?''

इटुबाला हे मनी लागलं. चार घास खायचे ते दोनच खाऊन उठला. उठला तसा पटका काखेत धरून तो तिरीमिरीनं बाहेर पडला. तिथनं निघाला तो थेट आपल्या पुतण्यांकडं आला.

ही जुगळ्याची पोरं महाडँबीस म्हणून प्रसिद्ध होती. इटुबाला बघून त्यांतला एक म्हणाला, ''काका, रातचा का आलास गा?''

इटुबा उभ्याउभ्याच बोलला, ''मन्या, उद्या काय रानात जोडणी हाय काय रं?''

मन्या आणि बापू दोघंही म्हणाले, ''उद्या नांगुर धरलाया खालच्या पट्टीत.''

इटुबा कोरडं बोलला, ''त्यो परवाला धरा म्हनं!''

तशी ती पोरं हडबडली. आपल्या काकाच्या तोंडाकडं बघत राहिली. काका बिघडला होता हे त्यांनी जाणलं. आणि मग कुणीच तोंड उघडेना झालं. ती पोरं जरी डांबरट म्हणून समजली जात असली तरी ह्या इटुबाकाकासमोर सगळी शेपटी आत घालत. त्याचा शब्द मोडायची कुणाची टाप नव्हती. आज तर तो पार बिघडला होता. त्याच्या डोळ्यांतनं विस्तू सांडत होता. तो बसला तसा मन्या म्हणाला, ''काका, काय येवजलंया तरी काय?''

इटुबा काही सांगायचं-सवरायचं सोडून शिव्याच हासडू लागला, तशी ती पोरं लडबडली. ही काय आफत आली काकाची, म्हणून एकमेकांच्या तोंडाकडं बघत राहिली.

काकाचा तडाखा त्यांना माहीत होता. एकदा त्यांच्या जनावरांनी काकाच्या पिकाला तोंड लावलं होतं, तर काकानं त्यांच्या पिकाचा एक आराच्या आरा खाली

निजवला होता. हे आठवून मन्या आदबशीर बोलला, "काका, काय झालं हे तर बोल."

काका मोघम बोलला, "पिप्पळगावाला जायाचं हाय उद्या."

नुसत्या पिप्पळगावाचं नाव काढताच त्याच्या पुतण्यांना उमज पडला. त्यांनी जाणायचं ते जाणलं. इटुबाकाकाची लेक चंपा गुदस्ताच पिप्पळगावात दिली होती. लग्नाच्या आहेरात 'तू-मी' झालं होतं. आणि तेव्हापासून पावणं चंपाला माहेरी धाडायला तयार नव्हते. तांदूळ पडल्यावर पाच दिवस नांदायला म्हणून जी चंपाला त्यांनी एकदा नेली होती त्यावर अजून तिला माहेर कसलं ते बघायला मिळालं नव्हतं. काकानं एकदा-दोनदा मुराळी धाडलं खरं; तेही हात हलवतच परत आलं होतं. त्यावर काका भडकला होता. 'असा जातो आणि पोरीला घेऊन येतो -' म्हणून त्याच वेळी तो उठला होता खरं, चार लोकांनीच त्याला मोडता घातला. 'ह्या तुझ्या दांडगाव्यानं पोरीचं जलमाचं वाटोळं करशील,' असं सांगून त्याला गप्प केलं होतं. तोही विचार करून डोकं खाजवत गप बसला. चार दिस जाऊ द्या, पोरगी जरा नांदू दे. खपली पडून दुक भरून आलं म्हणजे मगच खाजवावं, असा विचार करून त्यानं लेकीचा नाद सोडून दिला होता. मग लेक तिथे पिप्पळगावात राहिली आणि हे आपल्या गावात राहिले.

त्यावर पेरण्या, कापण्या होऊन मळण्या झाल्या. ह्या साऱ्या उसाभरीत लेकीचं नाव घरात निघालं नाही. सणासुग्गीला तिची आई आठवण काढायची खरं, इटुबानं तिकडं कान दिला नाही. पण आता सुगी झाली आणि उन्हाळा आला. गावची जत्राही चार दिवसांवर येऊन ठेपली. तशी लेकीला आणायची भाषा निघाली. चार लोकही म्हणाले – झालं-गेलं विसरून आता पावनं वागतील. बोलवायला लावून द्या. म्हणून मोठ्या आगतीनं लक्षा बहिणीला बोलवायला गेला होता. हे सारं त्याच्या पुतण्यांना माहीत होतं. म्हणून मन्या म्हणाला, "लक्षिमन गेलता न्हवं बोलवाय?"

"गेलता की."

"मग?"

"मग काय?"

"धाडली न्हाई चंपाला?"

"न्हाई."

"अरं, ह्या पावण्यांच्या मी!" असं म्हणून मन्यानं जरा अवसान दाखवण्यासाठी दोन शिव्या दिल्या आणि इटुबाला म्हणाला, "मग काय उद्याला जाऊ या म्हंतूयास व्हय?"

"अरं, नुसतं जाऊ या नव्हं. पोरीला काडून आणायची."

इटुबाचे दोन्ही पुतणे हरकले. त्यांनाही कुणीतरी 'छऊ' म्हणणारं पाहिजेच

होतं. कुणाची बायकू ओढून आण, कुणाचं खोपाट जाळ, ह्याची जमीन काढून त्याला दे – हे सारे धडे त्या पोरांनी आपल्या ह्या इटुबाकाकापासूनच घेतले होते. काकाची ती भाषा ऐकून त्यांनाही हुरून आला. तसा मन्या काकापुढं चंची करून म्हणाला, "अगा, तू निसता आमाबरोबर चल. मग आमी हाय आनि ते पावनं हैत."

धाकटा पुतण्या बापू आतावर गप होता. तोही बोलला, "काका, ह्या जुगळ्यांचा इंगा एकदा दाऊ याच गा."

"अरं, दावायचं आनि काय? जायाचं ते अपेशी याचं न्हाई बग. अरं, लेक आली न्हाई म्हणूनशान ती डोळं गाळाय लागलीया नव्हं?"

बापू उठला. कोपऱ्यातला भाल्याच्या काठीचं फळ काढून त्यानं ते हातात घेतलं आणि सानंच्या दगडावर चोळता चोळता तो म्हणाला, "काका, तू बिनघोरी ऱ्हा गा. बायकांचं कुक्कू पुसूनच आमी भाईर पडतू! मग झालं का न्हाई?"

काका हसून म्हणाला, "अरं लेका, येवडा कुटं लडाईवर जातूयास? हाय कोन तितं आडवं याला? आरूनफिरून ती एक ननंदच लई नाक उडवून बोलतीया नव्हं?"

बापू खवळला. छातीला हात लावून बोलू लागला, "आमास्नी जुगळे म्हंत्यात! आकबंद गाव कापून काडू!"

बापूचं हे बोलणं काकाला आवडलं. "वा रं भाद्दरा! आमचं नाव काडनार बरं का तुमी! हैशिऱ्या गब्रूंनो!"

असं म्हणून त्यानं बापूची पाठ थोपटली आणि उद्या पहाटेच पिप्पळगावाला जायचं नक्की करून काका उठला. काखेतला पटका डोक्यावर ठेवून चालला. तसा मन्या बोलला, "बाप्या, लाटण दाव काकाला."

"कशाला? नगं –" असं म्हणून इटुबा दगडाधोंड्यावर पाय ठेवत चालला. तो मध्येच थांबला. ढासळलेल्या भिंतीकडे टक लावून बघत राहिला, आणि त्यानं तिथनंच हळी दिली, "मन्याऽऽ–"

एकाला हाक येताच दोघंही धावून बाहेर आले. तसा इटुबा त्यांना म्हणाला, "पोरांनू, भित्त पार ढासळली की रं."

दोघंही म्हणाले, "व्हय."

"व्हय काय पडकीच्यांनो."

असं म्हणून त्यानं पोरांना चार शिव्या हासडल्या. तेव्हा थोरला पुतण्या म्हणाला, "काका, आता फुढच्या सालाला घेतो बांधून."

"अरं, आता काय खोळंबलंय?"

"जरा दगूड – जरा इटा लागत्याल."

"हेच न्हवं? अरं, मग पलीकडं बामणांचं वाडं पडल्यात की वस! जायाचं गाडी घेऊन आणि कंच्याबी एका वाड्याची पोखरा भित्त. माती वडायची आणि इटा घालायच्या. हाय काय त्यात? आणि दगूड काय करता? अरं, शेरीमळतल्या हिरीवरचा दगडू आना की गाड्या जोडून!"

काकाची ही इगत ऐकून पोरांना अचंबा वाटला. इतकिंदी हे आपल्याला कसं सुचलं नाही ह्याचं त्यांना वाईट वाटलं.

मग मन्या म्हणाला, "व्हय काका, तसंच करतो."

"अरं, दांडगावा केल्याबिगर चालत नाही या जगात. वाघागत आमी दोगं भाऊ येवडं गुरगुरत हुतो म्हणून आज सुकानं एक तुकडा मोडतासा तुमी. तुमचा बा असता तर इतकिंदी हे ढासळू दिलं असतं का रं?"

असा एक विचार करण्यासारखा बिकट प्रश्न इटुबानं पोरांना विचारला. पोरं विचार करत राहिली, तसा तो पलीकडच्या वाड्याकडं बोट करून म्हणाला, "उद्या-परवाला वडा तिथली माती." असं सांगून काकानं पाठ फिरवली आणि तो दगडांवर पाय देत निघून गेला.

चांदणी उगवायला काकाची हळी पोरांना ऐकू आली. मन्या, बापू, लक्ष्या, पटकऱ्याचा हरकुण्या आणि हेरवाड्याचा गुलाब असे गाडीत बसले. कुणी कानाबरोबरच उंच काठी हातात घेतली होती, तर बाप्यानं भाला बरोबर घेतला होता. गाडी जागची हलली. तशी इटुबाची बायकू म्हणाली, "लई दांडगावा करू नगा. आपलं गोडीगुलाबीनंच घ्या."

"आदीच आडामोडा घालू नगो –" असं म्हणून इटुबानं बैल हुसकावले.

दिवस उगवायला गाडी पिप्पळगावात आलीसुद्धा. इटुबाचा जावई गाडी आली तेव्हा अंगणात उभा राहून तंबाकूची मिश्री लावत होता. चंपा परड्यातल्या आडाचं पाणी ओढत होती, आणि तिची नणंद चुलीपुढं बसून चहा गाळत होती.

गाडी अंगणात येऊन उभी राहिली, तसा इटुबाचा जावई आगतस्वागत करायचं सोडून भिऊन आत गेला. एकाच्याऐवजी पाच-सहा माणसं बघून त्याची गाळण उडाली. मग चंपाच बाहेर आली. सोप्यात घोंगडं अंथरून ती म्हणाली, "येरवाळी आलासा?"

उभ्याउभ्याच इटुबा चंपाला म्हणाला, "आमी बसाया आलू न्हाई. आटीप लौकर. निगायची तयारी कर."

चंपा दाराच्या तोंडाशी आडोशाला उभी राहून हळू आवाजात म्हणाली, "इचारा तरी. जा म्हणालं की येतोच की म्या."

"कुटं हाय तुझा दाल्ला?"

इटुबाचं बोलणं तंबाकूगत कडक होतं. ते ऐकून चंपा गार झाली. आता काय होतंय आणि काय नाही ह्याचा विचार पडून ती बोलली, "काय जास्त-कमी बोलू नका. दमानं घ्या."

तोवर तिची नणंद बाहेर आली. तीही दारातून म्हणाली, "येरवाळी आलासा?"

तसा इटुबा म्हणाला, "आलोया पोरीला न्ह्याला."

यावर एक नाही, दोन नाही. सारीच गप्प झाली. थोड्या वेळानं चंपाचा नवरा बाहेर आला. अंग चोरून घोंगड्याच्या शेवटावर बसला.

त्याला इटुबा म्हणाला, "चंपाला घेऊन जायाला आलोया."

जावई गपच बसला. तसा बापू म्हणाला, "हं पावनं, बोला बगू भगिदिनी."

पावणा बोलला, "अक्काला इचारा आणि घेऊन जावा की."

इटुबा बिघडला. बूड वर करून, चवड्यावर भार देऊन म्हणाला, "आमी पोरगी तुला दिली का तुझ्या अक्काला?"

तशी चंपा जागच्या जागी थरथरली – वाऱ्यानं झाडं हलावं तशी. तिची नणंदही तोंड वाजवत बाहेर आली आणि नाक उडवून फणकाऱ्यानं म्हणाली, "आमी पोरगी शाप धाडत न्हाई! काय म्हन्नं हाय तुमचं?"

तसे सगळे चटाटा उठले.

चंपाचा जीव खालीवर होऊ लागला.

इटुबा तावातावानं पुढं होऊन म्हणाला, "चंपे, पड भाईर, ही काय करते बघतो मी!"

चंपाची पाचावर धारण बसली. नाही म्हणावं तर बा दुखवतोया आणि होय म्हणावं तर सासर तुटतंय. आचारी का बिचारी होऊन मोळा मारल्यागत जागच्या जागीच खिळून राहिली. तिला तशी बघून इटुबा आवाज चढवून म्हणाला, "आटीप. काय तुझी टरांकफिरांक घ्यायची ती घे आणि पड भाईर."

आता काय करावं? जिवाला चांगलं कडासणंच पडलं. तिनं तोंड वर करून आपल्या नणंदेकडं पाहिलं, तशी ती म्हणाली, "चंपे, तुला नांदायचं नसलं तर भाईर पड. जल्माची अद्दल घडंल बग तुला."

यावर जीव घट्ट करून ती इटुबाला म्हणाली, "न्हाई म्हंत्यात तर न्हाऊ द्या. मी न्हाई येत."

सगळ्यांची तोंडं उतरली. खुद्द पोरगीच अशी उलटल्यावर मग पत ती काय राहिली? सुताराच्या घिरमिटागत तिचे शब्द इटुबाचं काळीज पोखरत गेले. इटुबा खवळून म्हणाला, "तुझ्या पायात आमी ह्या मांगाच्या दारात आलो आणि तूच येत न्हाई म्हंतीस! ह्यो बरा उलटला की डाव!"

नणंदेच्या नाकाला त्या शब्दांच्या मिरच्या झोंबल्या. किनऱ्या आवाजात ती

मोठ्यानं म्हणाली, "कुनाला मांग म्हणतुयास? आपली पायरी सोडून बोलू नगं आमी मांग आणि तुमी उच्च कुळातलं! मग मांगाच्या घरात आपली लेक द्यायला कशाला नाक घासत आलास? अरं, येऊन येऊन उंबरं झिजीवलंस की ह्या घराचं!"

"बाई हैस का भूत हैस? जरा लाज ठेवून बोल! बापयाच्या कारभारात कशाला लांडापना करतीयास! कोन इचारतुया तुला? ताँड घेऊन आत जा गुमान!" असं म्हणून इटुबा कडाडला, "मन्याऽ, लेका बगत काय ऱ्हायलासा? आत जाऊन टरांक आन तिची."

लगेच मन्या पुढं झाला, तशी नणंद आडवी आली. हुंबऱ्यात उभी राहून कुर्र्यात बोलली, "याद ठेवून पाय टाका आत भाड्यांनो!"

तसा बापू पुढं गेला. त्याच्या मस्तकात आता मुंग्या शिरल्या होत्या. भाल्याच्या काठीनं तिला जोरानं बाजूला ढकलून तो मिशीवर ताव देत म्हणाला, "रांडं, असला तिचा वाघागत नवरा, त्यो ईना फुडं, आणि तूच कशाला तणतणायला लागलीयास?"

ढकलल्याचं निमित्त करून ती भुईवर पडली आणि गाव जमवण्यासाठी गळा काढून आरडाय लागली. चंपाचंही हात-पाय गळाले. ती मटकन खाली बसली. घरात एकच आकांत माजला. त्यानं गल्लीबोळ गोळा झाले. अंगणात माणूस माईना झालं. पण खरं 'काय झालं' म्हणून विचारायला कुणी धजेना.

पटकऱ्याचा हरकुण्या आणि हेरवाड्याचा गुलाब काठ्या आपटत अंगणातच उभे राहिले होते. मग कशाला कोण जातोय समोर? सारी माणसं चित्रासारखी तटस्थ उभी होती.

मन्यानं ट्रंक बाहेर आणून गाडीत टाकली. लक्षा गाडी जोडून बैलांपुढं उभा राहिला.

इटुबा म्हणाला, "चंपे, चल ऊट."

चंपा तशीच बसून राहिली. तसा इटुबा म्हणाला, "बाप्या, धर रं तिचा हात."

बापूनं तिच्या एका दंडाला धरलं आणि इटुबानं तिच्या काखेत हात घातला. चंपानं दाराच्या तटणी दिली; पण त्या दोघांनी तिला फरफटत बाहेर काढलं आणि रस्त्यावर आल्यावर लहान पोराला उचलावं तसं उचलून इटुबानं तिला गाडीत टाकलं, तशी तिची नणंद ऊर बडवून घेत बाहेर आली आणि इटुबाचा जावई मान खाली घालून अंगणात उभा राहिला. त्याची अक्का त्याला ऊर बडवत म्हणाली, "भाड्या, बगतुयास काय? ध्यादिवळ्या तुझी बायकू वडून न्हेत्यात आणि तू बायकूगत गप हुबा काय ऱ्हायलायास? हो की फुडं."

अक्काच्या ताब्यातला तो बापय कसातरी जीव मुठीत घेऊन पुढं आला. पण त्याचे पाय लटपटत होते. त्याला गाडीजवळ आलेलं पाहून इटुबानं आपल्या

डोईचा पटका मागच्या गड्याकडं फेकून दिला आणि तो म्हणाला, ''बाप्या, बांध रं ह्या पटक्यानं त्याला गाडीच्या चाकाबरोबर. लई आलाय म्होरं चौकशी कराया! धरा - धरा त्याला.''

त्यासरशी हरकुण्या आणि गुलाब ह्यांनी गाडीतनं उड्या टाकल्या. तसा म्होरं आलेला जावई भ्यालेल्या कोकरागत घरात वळून गेला. इटुबा हसून म्हणाला, ''लई आलाय बायकूच्या आगतीच्या!''

गाडी जागची हलली, तशी चंपाची नणंद जोरजोरानं ऊर बडवत गाडीच्या मागं लागली आणि चंपानंही टाहो फोडला. लेकीनं तोंड पसरलेलं बघून गाडीमागनं चालत निघालेला इटुबा धावत गेला आणि दोन्ही हातांनी पोरीच्या तोंडाची बचाळी धरून थडाडा तिचं डोकं बावकुड्यावर आपटलं, चंपानं तोंड दाबून धरलं. आपली मान दोन्ही गुडघ्यांत घालून ती गुमान बसून राहिली.

गाडीनं वेस ओलांडली आणि बैल चौक सुटले. लाल मातीचा धुरळा वावटळीगत वर उडू लागला आणि हातातला भाला खेळवत बापू मागं-पुढं बघत गाडीमागनं पळू लागला.

दोन्ही गुडघ्यांत मान घालून मुसमुसणाऱ्या चंपाच्या डोळ्यांतून आसवांच्या धारा गळत होत्या. तिच्या मांडीवरचं लुगडं त्या पाण्यानं भिजत होतं आणि मधूनच तिच्या पोटात भीतीचा गोळा उठत होता...

■

खेळ

आमची पुतळी गाय व्यायली आणि एक पांढराशुभ्र पाडा तिच्यापोटी जन्माला आला. हे वासरू मोठं देखणं निपजलं होतं. चलाखही होतं. त्याचं अंग मोगरीच्या फुलागत पांढरंफेक आणि मऊ होतं. त्या मऊसूत अंगावरून एकसारखं हात फिरवत राहावं असं मला वाटे. आईची नजर चुकवून मी हळूच गोठ्यात जाई आणि त्या वासराच्या अंगावरून हात फिरवत राही.

आम्ही सगळे या पाड्याला रुप्या म्हणून बोलावत असू. हा रुप्या जन्माला आल्यापासून मला एक नवा सोबतीच घरात आला होता. सकाळी आई धार काढायला निघाली की या रुप्याला धरून उभं राहायचं काम माझ्याकडं येई.

धारेच्या दोन्ही वेळा त्याला अचूक कळायच्या. हातात भांडी घेऊन आई गोठ्यात येताना दिसली म्हणजे रुप्या बसलेला असला तर टण्णकन उडी मारून उभा राहायचा. दाव्याला हिसके द्यायचा आणि आपले इवलेसे कान सारखे खालवर करून आईकडं आणि माझ्याकडं आळीपाळीनं सारखा टुकूटुकू बघत राहायचा. एवढंही करून कुणी त्याची लवकर दाद घेतली नाही म्हणजे आपली छोटीशी लवलवणारी काटेरी जीभ बाहेर काढून तो हंबरू लागे; भूक लागली म्हणजे लहान मूल रडावं तसं. मग आई हसून म्हणायची, 'बग कसा कळीचा नारद हाय!'

रुप्या असा हंबरू लागला म्हणजे मीही अस्वस्थ होऊन जाई आणि आईला रागानं म्हणे, "आवर की तुझं लौकर!"

"असं! कुठं तांदळाला निघालाय काय?"

"अग, रुप्याला भूक लागलीया, दिसंना व्हय?"

"बरी हाय की भूक भाड्याची!"

"तू कसा सकाळी उठल्याबरोबर च्या करून पितीस?"

काही केलं तरी आईचं लौकर आवरायचं नाही. ती पायांतील चिपाडं बाजूला करी. खाली पडलेलं शेण उचलून पाटीत टाकी. ही पाटी भरली म्हणजे ती उकिरड्यावर नेऊन रिकामी करी. हे सगळं उरकूस्तवर आम्हा दोघांना काही दम निघायचा नाही. रुप्याची पुढं जाण्याकरता धडपड सुरू झाली की, मी त्याच्या आडवं जाऊन उभा राही, आणि तो बेटा मला ढुसण्या देत राही. बेलाशक माझ्या गुडघ्यावर धडक घाली; आणि तरीही मी तसाच आडवा उभा राहिलो, तर माझ्या जांगाडातून पलीकडं मान काढून आईकडं आशाळभूत नजरेनं बघू लागे. दारात आलेल्या भिकाऱ्यागत तो असा बघू लागे. मी त्याची मान खाली दाबी आणि तो मला ढुसणी देऊन खाली पाडी.

आम्हा दोघांची अशी कुस्ती सुरू झाली म्हणजे आई घाबरायची. भराभर सगळं आवरायची आणि अंबुण्याचं घमेलं दावणीत ठेवून ती मला म्हणायची, "सोड भाड्याला. बग कसा अंगावर चालून जायला लागलाय!"

मग दाव्याचं पेंढं सोडायचा अवकाश, की रुप्या आईच्या कासेत घुसायचा. हिसका मारून तो मलाही आपल्यासंगं ओढून न्यायचा. एखाद्या रानडुकरागत धडक मारून रुप्यानं कासेत तोंड घातलं म्हणजे त्याची आई भिऊन गाबागाब व्हायची. डोळ्यांतली बुबळं न हलवता ती मान वर करून उभी राह्यची, आणि रुप्या जोरजोरानं ढुसण्या देऊ लागायचा. त्यानं अशी ढुसणी दिली म्हणजे उचकी लागल्यागत पुतळीचं पोट खालवर व्हायचं. माझी आईही घाबरीघट्ट व्हायची आणि रुप्याच्या पाठीत एक धपका घालून म्हणायची,

"अशा काय धडका देतोस? थंड मनानं पी की."

पण रुप्या पितापिताच खाली वाकायचा आणि पुन्हा जोरकस धडक घालायचा. तो अशा ढुसण्या देऊ लागला म्हणजे आमची आई लटलट कापाय लागायची, आणि मला भारी गंमत वाटायची.

पाण्याव् घातल्यावर स्वतंत्र एक थान रुप्याचं पिऊन झालं म्हणजे आई पुढं व्हायची – कासेतनं त्याचं तोंड बाहेर काढू लागायची; पण रुप्या काही लौकर थान सोडायचा नाही. आई त्याला मागं ओढायची, आणि तो आईलाच घेऊन पुढं घुसायचा. या रस्सीखेचीनं आई रडकुंडीला येऊन माझ्यावरच खवळायची, "अरं, तमाशा बघत उभा राहिल्यावानी का ऱ्हायलाईस? दावं वड की मागं."

मी मुकाट्यानं दात खाऊन दावं ओढायचा. आई त्याच्या तोंडातनं थान सोडवून घ्यायची. रोज सकाळ-सांचं दोन्ही वेळेला अशी आमची कुस्ती व्हायची.

सांच्यापारी आबा रानातनं आले म्हणजे ह्या रुप्याची बारीकसारीक हकीगत मी त्यांना सांगत बसे. रुप्याही रोज नव्या नव्या खोडी करी. तो कधी आपल्या आईचं

सड चावायचा तर कधी माझा गुडघा फोडायचा. कधी आईचं लुगडंच, तर कधी दुधानं भरलेली कासंडीच लवंडून जायची. एक का दोन... रोज अशा अनेक कागाळ्या करायचा, आणि ह्या ऐकताना माझ्यागतच आबांनाही हसू फुटायचं. रुप्याची अशी एकेक खोडी मी सांगाय लागलो म्हणजे ते हसाय लागायचे. त्यांना मनापासून आनंद व्हायचा.

मग आई आबांवर खवळून म्हणायची, "हसतासा काय? खोडगुनी निपजलंया पाडं! थोरपनी आसपास फिरकू द्याचं न्हाई कुनाला."

अशा या रुप्याजवळ मला सबंध दिवस बसून काढावासा वाटे. मला अभ्यासाला बसवून आई जेवण करायला आत गेली की, मी पुस्तक खाली ठेवून हळूच गोठ्यात जाई. रुप्याच्या मऊसूत पांढऱ्या अंगावरनं हात फिरवी. अंगाबरोबर असलेली काळी मऊ शिंगं हळूच चाचपून बघे. रबराच्या चेंडूगत ती कोवळी शिंगं आत दाबून मोठी मजा वाटे. मग बसल्या बसल्या त्याच्या कानांतल्या गोचड्या काढी. त्याला चाटायला माझे हात-पाय देई. असं करण्यात मला भान राहायचं नाही. मी असा रमलो असताना आई एकाएकी आतनं बाहेर यायची आणि माझा कानाचा गड्डा धरून मला उठवत म्हणायची, "अभ्यास रडला कारं?"

मी डांबरटपणे उलटून बोले, "कान – कान सोड माझा. आत्ताच हितं आलोय न्हवं?"

"चल, ऊट आधी. अभ्यासाला लाग. असं गोठ्यात बसून मास्तर पास करनार हाय तुला?"

मग आमची रवानगी पुन्हा सोप्यात होई. मीही काही कमी नव्हतो. सोप्यात बसून हातात पुस्तक घेई आणि बाहेर गोठ्याकडं बघत पाठ असलेली कविता म्हणे –

आई थोर तुझेऽऽ उपकाऽऽर
आऽऽई थोऽऽर तुझेऽऽ उपकाऽऽर...

आई आतनं ओरडायची, "तेच तेच किती वेळा म्हणतोस?"

"पाठ व्हायला नको का? काय कळतं तुला अभ्यासातलं? गप फुडं बघून सैपाक कर."

खरं तर ती कविता मला चांगली पाठ असायची – पण बाहेर बघून दुसरी म्हणता येत नसे म्हणून मी तीच सारखा म्हणत राही... पण आमच्या अभ्यासावर आईचा खडा पहारा असायचा आणि बळजबरीनं मला दुसरी कविता म्हणावी लागायची. रागारागानं मी पानं उलटी आणि दात खाऊन बेंबीच्या देठापासून ओरडू लागे,

"देवाजीने करुणा केली – भाते पिकुनी पिवळी झाली -"

यावरही आई म्हणायची, मेल्या, किती ओरडतोस? जरा हळू म्हण.''

काहीतरी भांडण काढण्यासाठी मला असा चान्स हवाच असायचा. आई असं काहीतरी आतनं म्हणाली की, मी हातातलं पुस्तक भिरकावून देई, दप्तर उचकटून टाकी. कोंबड्या नाचून सोपा घाण व्हावा तशी कळा येई आणि मी भोकाड पसरून म्हणे, ''न्हाई वाचणार जा! काय करणार हैस माझं?'' असं म्हणून कोरव्याच्या भोंग्यागत थोडा आवाज काढला की आई बाहेर येऊन माझ्यापुढं उभी राही आणि मला दरडावून म्हणे,

''तोंड बंद कर! कान किटलं तुझा आवाज ऐकून! अभ्यास रडू द्या, पर तुझा भोंगा आवर आधी – आणि जा कुटं जायचं हाय ते!''

मग शाळेला जायाच्या वेळेपर्यंत मी रुप्याजवळ बसून राही. आई दात खाऊन रागानं आमच्याकडं बघायची, पण तोंड उघडून बोलायची नाही.

असेच थोडे दिवस गेले, आणि एक दिवस मी दुपारच्या सुट्टीला शाळेतनं घरी आलो. दाराला कुलूप लावून आई रानात गेली होती. मला मोठं समाधान वाटलं. तिला रानातनं यायला चांगले दोन-तीन तास लागणार होते. मी शेजारच्या काकीजवळनं किल्ली मागून घेतली. घाईनं कुलूप काढलं आणि सोप्यातच पाटी-दप्तर फेकून मी गोठ्याकडं धूम ठोकली. माझी चाहूल लागताच रुप्यानं कान टवकारले आणि आपली इवलीशी काटेरी जीभ बाहेर काढून तो हंबरू लागला. मी धावत जाऊन त्याच्या गळ्याला मिठी घातली आणि तोंडाजवळ तोंड नेऊन विचारू लागलो,

''माझी आठवण होती व्हय रं तुला? करमत न्हाई व्हय रं भडव्या माझ्याबिगर? अरं माझ्या पिल्ल्या!...''

किती कुरवाळावं तेवढं थोडंच वाटायचं. तहान-भूक विसरून मी असा रुप्याजवळ बसलो होतो. म्हाडकाचा खंड्या आणि फुटाण्याचा बाब्या रस्त्यावरनं आपल्या घरी निघाले होते. मी त्यांना हटकून म्हणालो, ''ए खंड्या... अरं ए बाब्या - आमचा खोंड बघायचाय का रं तुम्हाला? या की लेकानू.''

खोंडाचं नाव काढताच खंड्या आणि बाब्या दोघंही गोठ्यात आले. रुप्या आपले पाय दुमडून घेऊन स्वस्थ पडून होता. परक्या माणसांना बघून त्यानं आपली मान बगळ्यागत वर केली, कान टवकारले आणि सशागत टुकुटुकु तो आमच्याकडं बघत राहिला.

मी त्यांना विचारलं, ''कसा हाय खोंड?''

खंड्यानं हटकून डोळे विस्फारले आणि आपल्या जिभेचा शेंडा नाकाला लावत तो पाड्याजवळ गेला. रुप्या मान वळवून त्याच्याकडं बघत राहिला. तसा बाब्या आपली खाली गळणारी चड्डी वर ओढून म्हणाला, ''हरणागत चलाक दिसतं बा!''

"अंग बघ की कसं नुसतं मऊ मऊ रेशीम हाय!"

असं म्हणून मी पुढं झालो आणि रुप्याच्या अंगाला बोट लावलं. तसं त्याचं अंग स्पर्श झाल्याठिकाणी थरथरलं. मग खंड्या आणि बाब्या दोघंही पुढं आले. आळीपाळीनं त्याच्या अंगाला बोट लावू लागले. अंगाला स्पर्श झाला की भोवरा उठायचा आणि त्याचं नाजूक अंग थर्ररकन थरकायचं.

रुप्याच्या मानेखालचा पोळीचा भाग जाईच्या देठागत तांबूस आणि नाजूक होता. मी त्याच्या मानेखाली हात घालून नखांनी खाजवू लागलो, तसा तो डोळे मिटून शांत पडून राहिला. थंडीच्या दिवसांत दहिवर पडावं तसे त्याच्या इवल्याशा काळ्या नाकपुड्यांवर घामाचे थेंब उभे राहिले. रुप्या मान लांब करून शांत पडून राहिला, तसा बाब्या त्याचं चेंडूयेवढं वशिंड दोन्ही हातांनी कुस्करू लागला. तोवर खंड्यानं मागच्या दोन्ही तांगडीत हात घातला, त्यासरशी रुप्या टण्णकन उडी मारून चारी पायांवर उभा राहिला. खंड्या लांब सरून म्हणाला, "काय चपळाकी हाय रं!"

मग बाब्यानं एक चिपाड हातात घेतलं आणि लांब राहून त्याचं टोक त्याच्या पोटाला लावलं. तशी रुप्यानं जागच्या जागीच एक धाडकन उडी घेतली; चाबूक फिरवावा तशी शेपटी हलवली. खाली पडलेले कान ताठ उभे राहिले आणि मान वर करून तो हंबरू लागला. रुप्या हंबरू लागला तशी त्याची आईही हंबरू लागली. गळ्यातलं दावं तोडायला बघू लागली. एवढ्यात खंड्यानं हळूच मागनं जाऊन त्याची शेपटी डिवचली. त्याबरोबर रुप्यानं पुढं धडक घेतली आणि दाव्यात पाय अडकून तो कोलमडला. त्याच्या काळ्याभोर मऊ नख्या जोरानं फाकल्या; पण रुप्या खाली न पडता लगेच अंग सावरून ताठ उभा राहिला आणि आपली काटेरी जीभ बाहेर काढून हंबरू लागला. त्याचं लांबसडक अंग बघून खंड्या म्हणाला, "हे पळाऊ निगणार बरं का रं!"

मी अभिमानानं म्हणालो, "थोरलं झालं म्हणजे आम्ही ह्याला शर्यतीतच घालणार हाय. अंग बघ की कसं घोड्यावानी हाय."

"त्याचं पायबी सांगत्यातच की."

"ते कसं?"

"नख्या खोबऱ्याच्या वाटीगत गोल हैत. हे पळाऊ बैलाचंच चिन्न हाय."

बाब्या म्हणाला, "पर एक सांभाळलं पायजे."

रोग्यानं पथ्य विचारून घ्यावं तसं मी विचारलं, "काय सांभाळायचं?"

"ह्याला मोट म्हणा, कुळव म्हणा अशा कोंच्या औतकामाला जोडून उपेगी न्हाई."

"लेका, एकटा नांगूर वडंल! काय सांगतूस तू?"

"तसं न्हवं..."

"तर काय मग?"

"पळाऊ बैलाला अशा कोंच्या औताला जोडायचं नसतं."

"असं व्हय?"

"तर! अशा औतकामानं त्याचा पाऊंड कमी येतो."

"आम्ही फकस्त मग गाडीचंच काम ह्याला लावू."

"आणि सारखी तालीम ठेवाय पाहिजे."

"दुसरा काय उद्योग हाय मला तरी? दिवसातनं तीनदा गाडी जोडून राऊंड मारनार."

"पर ह्याला जोड गावाय पाहिजे नामी!"

"आबा खरसुंडीसनं खोंड आननार हाय ह्याच्या जोडीला. सुदमुद ह्याच्यागतच."

मग खंड्यानं 'हां रे, हां रे' करून त्याच्या पाठीवरनं हात फिरवला, तसा बाब्या म्हणाला,

"किती पळंल रं खंड्या हे?"

"बेजान पळंल बाबा!"

मी म्हटलं, "धार काढायच्या वकताला बगाय पायजे. काय डुकरागत धडक घालून जातंय म्हंतोस!"

"जरा भाईर सोडून बगू या का रं?"

"आणि आई आली तर?"

"लगेच आणून आत बांधू की. काय लगेच आई या लागली तुझी?"

आई यायला अजून अवधी होता. तोवर मजा करावी असा विचार मनात आला. मी पुढं होऊन दावं सोडलं आणि आम्ही तिघांनी मिळून बेतानं त्याला दरवाजातनं बाहेर काढलं. मी दावं हातात धरून उभा होतो तवर खंड्यानं त्याच्या शेपटीला हात लावला. तसा रुप्या चारी पायांवर उड्डाण घेऊन उधळला.

माझ्या हातातलं दावं सुटलं आणि आम्ही तिघंही त्याच्यामागं लागलो.

"अरं रुप्या, रुप्या -" अशा हाका मारून मी त्याला बोलावत होतो आणि माझे सोबती आरडाओरडा करून त्याला पळवत होते. आम्ही कालवा केला की रुप्या शेपटीचा गोंडा पाठीवर घेऊन चारी पायांवर उड्डाण घेई. गल्लीच्या ह्या टोकासनं त्या टोकापर्यंत आणि त्या टोकासनं ह्या टोकापर्यंत रुप्या सारखा पळून खेळू लागला. माझ्या हातातनं सुटलेलं दावं काही माझ्या हातात येईना.

अखेर पळून पळून त्याच्या तोंडाला फेस आला. पाय दमून फेंगडे पडू लागले. दगडधोंड्याला त्याच्या कोवळ्या नख्या ठेचाळू लागल्या. एकदा-दोनदा पळता पळता तो पुढच्या पायावर धाडकन आपटला; पण आम्ही जवळ जाताच कुत्री मागं

लागल्यागत तो पुन्हा उठून पळू लागला. काही केल्या आपल्या गळ्यातलं दावं काही तो कुणाला धरू देईना झाला.

दुपारच्या त्या शांत वेळेला आमचा दंगा उसळला होता. हळूहळू शेजारपाजारच्या बायका रस्त्यावर गोळा झाल्या. आमची काकीही बाहेर आली. आमचा कालवा बघून ती दारातून ओरडून म्हणू लागली, "अरं ए पोरानु, त्या बच्चाला असं पळवून मारतासा व्हय? अरं, काय म्हणून पाठी लागला त्याच्या? आणून बांदा त्याला."

पण आम्ही त्याला धरायला गेलो की तो पुढं पळायचा. काही उपाय चालेना. अखेर सगळ्यांनी मिळून त्याला वेढलं आणि मी पुढं होऊन गप्पकन त्याचं दावं धरलं. त्याला बेतानं चालवत घरापर्यंत आणलं. खुट्ट्याला बांधून हिरव्या गवताच्या चार काड्या समोर टाकल्या; पण तोंडाला फेस आलेला रुप्या सशागत आम्हाकडं नुसता बघतच राहिला.

शाळेची वेळ झाली तसे आम्ही तिघंही दाराला कुलूप लावून बाहेर पडलो. भाकरीची कुणालाच आठवण राहिली नव्हती. शाळेत गेल्यावरही आमचं अभ्यासाकडं लक्ष नव्हतं. रुप्याची करामत आम्ही ज्याला-त्याला सांगत सुटलो. शाळा सुटेपर्यंत आम्ही मास्तरांना चोरून ह्याच गोष्टी बोलत होतो.

शाळा सुटली तशी दहा-बारा पोरं आमच्या रुप्याला बघायला घरी आली. आता आई आली असेल, तिला सारी हकीगत कळाली असेल, या भीतीनं मी निम्मा झालो होतो. पण पोरं रुप्याला बघायला येतो म्हटल्यावर पोटातली ती भीतीही मी विसरून गेलो. घरापर्यंत येईतोवर मला पोरं नाना प्रकारचे प्रश्न विचारत होती. त्याचा वाण कसला आहे, जवारी आहे का हानम आहे, शेपटी लांब आहे का आखूड आहे, दोन्ही शिंगांच्या मध्ये महादेवाची पिंडी आहे का, पाठीवर चक्र आहे का - असे अनेक प्रश्न पोरं विचारत होती आणि मी वर्णन करून सांगत होतो. आमच्या रुप्याला कधी बघीन असं त्यांना झालं होतं. माझ्या आधी ती आमच्या घरापुढं जाऊन उभी राहिली.

आई अजून रानातनं आली नव्हती. मी खुशाल होतो. कुलूप काढून आम्ही आत आलो. मी म्हटलं, 'चला रं.' आणि पोरांचा लोंढा घेऊन मी गोठ्याकडं वळलो. गोठ्यात आलो आणि माझी छातीच फुटली.

रुप्या चारी पाय टाकून आडवा पडला होता. त्याच्या तोंडाचा फेस वाळून गेला होता; भरती ओसरल्यावर किनाऱ्याला फेस वाळावा तसा. त्याच्या तोंडावर माशा घोंगावत होत्या. "रुप्या!" अशी मोठ्यानं हाक मारून मी जवळ गेलो, त्याच्या अंगावरनं हात फिरवला; पण त्याचं अंग थरारलं नाही, त्याच्या अंगावर भोवरा उठला नाही. एवढी सगळी गर्दी भोवतीनं जमा झाली तरी त्यानं मान वळवली

नाही, कान टवकारले नाहीत. एका बाजूला वळलेले त्याचे डोळे तसेच स्थिर राहिले. सशागत टुकुटुकु त्यानं कुणाकडं पाहिलं नाही. मी त्याच्या गळ्यात पडून टाहो फोडला आणि डोळ्यांतनं पाण्याच्या धारा वाहू लागल्या.

रुप्याला बघायला आलेली पोरं घाबरी होऊन माझ्याकडंच बघत उभी राहिली.

■

जुगळ्याकाका

जुगळ्याच्या घरावर आम्हा पोरांचा फार डोळा. परसात पेरवाची, पपईची झाडं होती. देवकापसाची बोंडं बोळातनं हाताला यायची. पपई लागली की साऱ्या गावातल्या पोरांची पाळत असायची. पण म्हातारी अशी खाष्ट की, जरा कुठं एखादं पोरगं आपल्या घराजवळ घुटमळताना दिसलं की तोंड वाजवाय लागलीच. कधी म्हातारा टेकून पेंगायचा. तेवढ्यात पोरं नजर चुकवून हळूच परड्यात शिरायची, पेरू काढायची, फुलं तोडायची आणि म्हातारी आली की पळून जायची. मग तिचा ताशा वाजत राहायचा. डुलकी घेणाऱ्या म्हाताऱ्याला ती तडातडा बोलायची.

पण म्हातारा नुसतं ऐकून घ्यायचा. डोळे उचलून वर बघायचा नाही. तसाच बसायचा बसायचा आणि सोसेना झालं की हाताचा टेका देऊन उठायचा, गोठ्यात जाऊन म्हशीला पाणी पाजायचा, वैरण घालायचा – पोरांनी घातलेला हैदोस मान हलवत हलवत निरखायचा, आणि आतनं म्हातारी आकांडतांडव करायची.

मग ऐकून ऐकून कान किटले की म्हातारा न राहवून म्हणायचा, ''आता फुरं कर की त्वांड? आणि येवडं जतन करून ठेवायला कुटं पोरंबाळं रडाय लागल्यात आपली?''

यावर म्हातारी खवळायची. सोप्यात येऊन म्हाताऱ्यापुढं हात नाचवत म्हणायची, ''कशानं पोरंबाळं होतील? तुझी करनी काय कमीच? साऱ्या पुण्याईच्या गाठीच मारून आलायास बग जन्माला! कशाला दिवा लागंल तुझ्या घरात? वट झाला तुजा...''

अशा घालून-पाडून बोलण्यानं म्हाताऱ्याचं मस्तक खवळायचं. दात खाऊन तो गप बसायचा. मनाला शांती मिळण्यासाठी काठी टेकत टेकत तो आमच्या घरी

यायचा. काही बोलायचा नाही, सवरायचा नाही. नुसता बसून राहायचा. पान खायचा. पान सरलं तर नुसती तंबाकू आणि चुना मळायचा... म्हातारीचं तोंड ऐकायला येईना झालं की मग उठायचा. चोरागत घरात शिरायचा. खालवर घालून गुमान पडून राहायचा.

त्या गिलाव्यानं रंगवलेल्या माडीच्या घरात सदा अशी धुसपूस चाललेली असायची. एक दिवस कधी सुखानं गेला असं व्हायचं नाही. कधीकधी म्हातारी घर डोक्यावर घ्यायची. वरची कौलं उडून जावीत असं बोलाय लागायची. अशा वेळी आम्ही पोरं गोळा होऊन ऐकत उभी राहिलो, की संतापानं तिच्या साऱ्या अंगाचा हावळा व्हायचा आणि ती मग आमच्याकडं तोंड करून म्हणायची,

"काय ऐकतासा रं भाड्यानू? हितं काय बाई नाचतीया व्हय? जाता का न्हाई माझ्या हाट्यांनो!" असं म्हणून ती पाठीस लागली की आम्ही धूम ठोकत असू.

पण मी जसा मोठा होऊ लागलो तशी त्या जुगळ्याच्या आजीची माझ्यावर माया जडू लागली. ही खाष्ट म्हातारी मलाच कशी जवळ करते याचं लोकांना आश्चर्य वाटायचं. पण खरं म्हणजे त्यात आश्चर्य काही नव्हतं. चहा संपला, साखर संपली की म्हातारीला माझी आठवण व्हायची आणि मीही तिला कधी नाही म्हणायचा नाही. कारण मला चोपाळ्यावर बसायला मिळायचं. तिच्याशी गोड बोलून मला पेरू काढायला मिळायचे.

त्या चोपाळ्यावर बसून झोके घेत घेत मी मोठा झालो. पण जुगळ्या म्हातारीशी कधी बोलणं व्हायचं नाही. मान हलवत म्हातारा नुसता बसून असायचा. तोंड उघडून घडाघडा कुणाशी बोलायचा नाही. अजगरागत सदा म्हैंद कसा असायचा कळायचं नाही. त्याच्या डोक्यात एवढं काय चाललेलं असायचं कुणास ठाऊक! आणि आजी त्याला बोलायची एकसुद्धा संधी कधी वाया जाऊ द्यायची नाही.

सकाळी ऊन तावलं की जुगळ्याकाका अंगणातनं उठायचा, धोतराचा पिळा करीत बिचकत बिचकत आत जायचा. भीत भीत विचारायचा,

"आंघोळीला पाणी तापलंय काय?"

म्हातारी ताळ्यावर आली असली तर बरं – नाहीतर बोलून बोलून म्हाताऱ्याचं भुसकट पाडायची. "पानी तापवायला मोकळी न्हाई मी! जेवान करू का तुजं पानी तापवत बसू? बाई कामाला ठेवल्यागत इचारतोस – पानी तापलंय का?"

जेवणाची हीच तऱ्हा. समोर येईल ते मुकाट्यानं खाल्लं तर बरं, नाहीतर आजी भडकलीच. "मऊ मऊ करून घालायला बळ बगितलंयस जणू माझ्या रट्ट्यात! लई सुख दिलंयस बघ, तवा तुला मुलावानी जपावं!"

हळूहळू माझी आणि आजीची गट्टी जमू लागली, तशी ती मला आपली

कर्मकथा सांगू लागली. दुपारी वाकळाला ठिगळं लावत ती बसली की सुईत दोरा ओवून द्यायला मी तिला जवळ लागायचा. आम्ही दोघं मिळून तांदूळ निवडायचो. अशा वेळी मी लौकर फिरकलो नाही तर ती अंगणात यायची आणि आमच्या घराकडं तोंड करून मला मोठ्यानं हाक मारायची.

'काय आजी?' असं म्हणून मी जवळ गेलो की सुरकुतलेला चेहरा उमलून यायचा. माझ्या हनुवटीला धरून ती म्हणायची, "तुझं कान किंवडं हैत काय रं?"

"काय झालं ग आज्जे?"

"अरं, तुला किती हाका मारायच्या?"

मग कधी मी तिच्याबरोबर काम करायचा. कधी चोपाळ्यावर बसून झोके घ्यायचा. मला झोके घेताना बघून इतर मुलं गोळा व्हायची; पण आजी त्यांना जोता चढू द्यायचा नाही.

असाच एक दिवस दुपारी मी आजीच्या घरी गेलो. आजा बाहेर नेहमीसारखा मान हलवत घुम्यागत बसून राहिला होता. मग मी तसाच माजघरात गेलो; पण आजी आढळेना. तोच देव्हाऱ्याकडच्या बाजूनं एक क्षीण आवाज कानावर आला, "कोन हाय?"

"मी हाय."

ती म्हणाली, "कोन, बाळासाब? कसा देवानं धाडल्यागत आलास रं! जरा हिकडं ये रं बाळा."

मी जवळ गेलो, तर आजीनं अंथरूण घातलेलं. मी शेजारी बसून म्हटलं, "आज्जे, बरं न्हाई का वाटत?"

"वाईस कनकन आलीया रं पोरा."

मी तिच्या कपाळाला हात लावून म्हणालो, "कपाळ तापलंय की."

"जरा डोस्कं दाबतोस का?"

मी हलक्या हातानं तिचं डोकं दाबू लागलो. आणि आजी बोलू लागली, "माझा वाद्या भाईर बसलाय बग कसा! नुसतं आरूनफिरून तीनदा गिळाय पायजे. खरं 'बाई, तुला काय हुतंया - काय न्हाई' असं नुसतं वाळ्ल्या तोंडानं इचारायला तरी त्याचं काय जातंय? काय पैसं पडत्यात का उत्पन्न बुडतीया? असा कसा रं ह्यो धोंडा माझ्या गळ्यात बांदला देवानं?..."

त्या दिवशी आजीनं जुगळ्याकाकाचा सारा पाढा माझ्यापुढं वाचला. उमेदीत असताना म्हातारीला त्यानं फार छळलं होतं. ती मला अखेर म्हणाली, "गावाला माझं तोंड दिसतंया खरं – माझ्या काळजाला पडलेली भोकं कुणाला दिसत न्हाईत. म्हातारा आज दिसतोय साळसूद. तसा न्हाई त्यो. करून करून भागलं आन् आता देवपूजेला लागलं! ईल त्यो पैसा दुसऱ्याच्या मड्यांवर घातला भाड्यानं! काय योक

नाद म्हंतूयास! टोळभैरव जमवून तमाशा करायचा. बायका ठेवायचा. काय सांगूने ते करायचा. दारू पिऊन आला की भुतागत मला मारायला उटायचा. माझ्या अंगातलं कुटलं हाड शाबूत ठेवलंया म्हंतोस काय?''

असं म्हणून ती मला आपल्या हातांची कोपरं आणि पायांच्या नळ्या दाखवू लागली. सगळं सांगून झाल्यावर म्हणाली, ''आता त्याचं हात खुटलं, पाय खुटलं, मान हलू लागली म्हणून गप हाय, न्हाईतर बोलून घ्यायचा काय त्यो?''

आपल्या उरात कोंडून ठेवलेली ही कहाणी आजीनं सांगितली, तेव्हा मला तिच्या वागण्याचा उमज पडला. मला आजी अधिक आवडू लागली. तिलाही मी जवळचा वाटू लागलो. काही गोडधोड केलं की ती मला मायेनं खायला लावायची.

मी वाढू लागलो तसा त्या दोघांचा दावाही वाढू लागला. म्हातारा नावनाव शरीरानं थकत चालला होता आणि आजी सूड घेत होती. उठताबसता ती बोलत होती. असं बोलून तिचं मन सुख भोगत होतं. म्हाताऱ्याला मागच्या करणीचा वजावटा काढीत होतं.

आणि जुगळ्याकाका? तो काही बोलत नव्हता. कुणाजवळ काही सांगत नव्हता. त्या घुम्या माणसाच्या पोटातलं कुणाला काही ओळखू येत नव्हतं. पण आजी बोलत होती आणि म्हातारा ते गिळत होता.

एक दिवस या आजीच्या चुलीजवळ बसून मी धपाटे खात होतो. आजाही पाटावर येऊन बसला. पण आजीनं मलाच तेवढं लोणी वाढलं. तेव्हा तो म्हणाला, ''लोणी सरलं जनू?''

त्यासरशी आजी उसळली. ''मान हलू लागली तरीबी पोरागत लोणी मागतोय! जिवाला काय वाटत न्हाई काय तुज्या?''

यावर जुगळ्याकाकानं एक ब्र काढला नाही. खाली मान घालून त्यानं सारं जेवण केलं. जेवण झाल्यावर तो बाहेर सोप्यात येऊन बसला. सावकाश पानाचे देठ खुडू लागला. आणि मी चोपाळ्यावर बसून झोके घेऊ लागलो. लाल डोळ्यांनी माझ्याकडं बघत तो म्हणाला, ''ए पोरा, खाली उतर. कारकार वाजवू नगंस सारखं. चार दिसांत माडी खाली ईल बाबा!''

हे ऐकून आजी बाहेर आली. मला भेदरलेलं बघून म्हणाली, ''बस रं बाळा माझ्या. चोपाळा वाजला म्हंजे काय पोटचं पडतंया काय कुनाचं?''

पुढं बोलायची म्हाताऱ्याची छाती नव्हती. तो गप बसून राहिला. त्याची मान जोरानं हलू लागली. आणि मला त्या काळी कसली आलीय उमज? मी चोपाळ्यावर बसून जोरजोरानं झोके घेऊ लागलो.

ते थंडीचे दिवस होते. दुसऱ्या दिवशी येरवाळी उठून आम्ही पोरं जाळ करून रस्त्यावर शेकत होतो. तेवढ्यात मान हलवत जुगळ्याकाका आला. आम्हाला म्हणाला, "जरा हिकडं या रं पोरांनू."

आम्ही गेलो. आमच्या मदतीनं त्यानं सोप्यातला चोपाळा उतरून अंगणात आणला. मला समजेना की त्यानं चोपाळा का हलवला? तोच त्यावर त्यानं रॉकेल-तेल ओतलं आणि काडी ओढून तो हसत मला म्हणाला, "ए, पोरा, अंग शेक ये!"

जुगळ्याकाका कधी हसायचा नाही ते त्या दिवशी खदखदून हसला.

आजी त्या दिवशी जेवली नाही, खाल्ली नाही. पावलागणिक ती म्हाताऱ्याला शिव्या मोजू लागली. रस्त्यानं जाणाऱ्या-येणाऱ्याला ती अडवून जुगळ्याकाकाची ही करामत सांगू लागली. म्हाताऱ्याच्या आजवरच्या सगळ्या गोष्टी ती उगाळत राहिली.

आणि जुगळ्याकाका मान हलवत नुसता सोप्यात जोत्याला टेकून बसून राहिला. "जुगळ्याकाका, असं गा का केलंस?" असं कुणी विचारलं तरी तो काही बोलला नाही.

आजी एवढ्यावरच सावध झाली नाही. चीड पडत चालली. आजी दिवसभर बोलत राहायची. म्हातारा गुमान ऐकून घ्यायचा आणि मध्येच तराकल्यागत उठून कशाची तरी मोडतोड करायचा. एक दिवस उठून अंगणातलं एक झाडच त्यानं तोडलं. तरी आजीचं तोंड थांबलं नाही. ती हे सारं वेशीला टांगू लागली. आणि म्हातारा रोज जास्तच बिघडत चालला. गावही दहा तोंडांनी बोलायचं. इकडं म्हातारीला म्हणायचं, "आज्जे, तुझंच बरोबर हाय." आणि तिकडं त्याला सांगायचं, "जुगळ्याकाका, असं वागल्याबिगर म्हातारी वठणीवर यायची न्हाई." असं करट पिकत चाललं होतं.

एक दिवस जुगळ्याकाकानं बटवा सोडला तर त्यात पान नव्हतं, सुपारी नव्हती. काका खाल-वर बघत राहिला. अखेर मला म्हणाला, "तुज्या आजीकडनं योक आना घे मागून पान-सुपारीला."

काका पान-सुपारीला पैसे मागतोय असं मी सांगताच आजी खवळून उठली. ती बाहेर येऊन म्हणाली, "पैशाचं काय प्याव घातल्यात व्हय? मस्त रोज शंभरदा पान खाशील तू, पर आनायचं कुटलं?"

त्या सांजच्या पारी म्हातारा घरातनं बाहेर पडला तो परत आला नाही. दिवे लागले, आजीनं भाकरी उलथली - तरी जुगळ्याकाकाचा पत्ता नाही. लोक तुकडा खाऊन झोपायच्या मार्गाला लागले. मग आता हा म्हातारा गेला कुठं? कुठं बसणार नाही, उठणार नाही, असा हा जुगळ्याकाका एकाएकी कुठं बेपत्ता झाला?

त्या रात्री मी आजीजवळ झोपलो. विचार करीत आम्ही दोघंही पडलो; पण झोप कुठं लागते? बोलता बोलताच आजी एकाएकी उठली, "येवडी ट्रंक उतरू लाग द्यांनी ये."

आम्ही दोघांनी मिळून ती ट्रंक खाली उतरून घेतली आणि आजीनं कुलूप काढायला किल्ली लावली, तर कुलूप शाबूत कुठं होतं?

ते मोडलेलं.

आजी माझ्या तोंडाकडंच बघत राहिली.

मग ट्रंक उघडली, तर दागिनं कुठं आहेत? पुतळ्या-पाटल्या काय झाल्या?

आजी खुळ्यागत करू लागली. दहादा तिनं ट्रंक तपासली. डाव्या हातानं कुठं विसरतेपणी ठेवलंय की काय म्हणून सगळ्या दिवळ्या आणि रांजण तिनं पालथे घातले.

सकाळी उठल्याबरोबर "वाघानं माझं दागिनं न्हेलं -" म्हणून आजी सगळ्यांना गळा काढून सांगू लागली.

चार दिवस गेले आणि जुगळ्याकाका परत आला. "माझे दागिने आणून दे -" म्हणून आजी त्याला एकसारखी लागून पडली. त्याच्याम्होरं तिनं कपाळ बडवून घेतलं, आरडाओरडा केला.

पण काका एक चकार शब्द बोलला नाही. तो मान हलवत नुसता बसून राहिला. दिवसातनं शंभर वेळा पान खाऊन तो पिचकाऱ्या टाकू लागला. जुगळ्याकाकातली एकेकाळची जुनी रग जागी होऊ लागजी. काका बेफिकीर झाला आणि आजी संतापानं जळत राहिली. ती म्हाताऱ्याचे पोटाकडून हाल करू लागली. आपणही पोटभर खाईना झाली. कधीकधी ती दोघंही उपाशीपोटी निजू लागली. आता ह्या म्हाताऱ्या माणसांना कुणी शहाणपण शिकवायचं? म्हातारपणी एक घास खाऊन सुखानं राहायचं सोडून ती दोघंही धुमसत राहिली. आणि रोज लोकांना तमाशा दिसू लागला.

असेच काही दिवस लोटले आणि जुगळ्याकाका बाहेरच कुठंतरी जेवू-खाऊ लागला. एवढं त्याला बघणारं जिवाभावाचं कोण मध्येच उपटलं? हळूहळू काका दुपारचाही कुठंतरी बाहेर जाऊ लागला. घुम्यागत सदा बसून असणारा म्हातारा मुसलमानाच्या करीमभाईजवळ जाऊन कानगोष्टी करू लागला.

हा करीमभाई म्हणजे मुलखाचा टग्या. कुणाला कवा आणि कसा औदी घालंल हे कळायचं नाही. त्याच्याशी जुगळ्याकाका एवढं काय बोलाय लागला कुणास ठाऊक! त्या दोघांचं कसलं तरी गुपित सुरू होतं एवढं खरं.

होता होता एक दिवस काकानं आपलं घर सोडलं आणि तो करीमभाईच्या शेजारी जाऊन राहिला.

'साठी आणि बुद्धी नाठी' म्हणतात ते खोटं नाही. जुगळ्याकाका चळला. म्हातारीचा काटा काढायचा तर तिच्या उरावर एक बाई आणून बसवायची नामी शक्कल यानं शोधून काढली.

आणि एक दिवस एक नटरंगी बाई त्यानं त्या भाड्याच्या घरात आणून ठेवली आणि म्हाताऱ्यानं आपला नवा संसार सुरू केला.

हे बघून आजीनं रक्ताचं शिंपणं करून घेतलं; पण म्हातारा बदलला नाही. त्याच्यातला हिरवटपणा गेला नाही. तो लोकांना म्हणायचा, "म्हातारी माझा छळ करत होती न्हवं काय? आता कर म्हनावा छळ!"

आजीच्या त्या ट्रंकेतले दागिने काकानं त्या बाईच्या अंगावर घातले, काही गुजरीत जाऊन मोडले. ते पैसेही सरले तसा काकानं जमिनीचा एक तुकडा विकला. अनेक वर्षं दबा धरून बसलेले काकाचे खेळ सुरू झाले. मान हलू लागलेला काका बायका नाचवू लागला - दारू पिऊन बेहोष होऊ लागला.

साऱ्या गावात हा एक थट्टेचा विषय होऊन बसला. कुणाला मौज वाटायची, कुणी छिथू करायचं.

म्हातारी त्याच्या नावानं बोटं मोडत राहिली. त्याला सराप देऊ लागली. आपलं घर असं धुतलं जाताना पाहून ती तळमळली. पण त्याला इलाज काय? भोग आला खरा.

झालं, काही दिवस गेले. त्या टग्यांच्या नादी लागून जुगळ्याकाकानं आपली अक्कल 'घान' ठेवली. त्या बाईनंही भुलवलं आणि म्हातारा पुरा फशी पडल्यावर ती बयाही त्याच्यावर उलटली. त्याचंच खाऊन त्याच्यावरच थुंकली. दाणे होते तोवर कोंबड्या जवळ होत्या. जेवढं गोळा करता आलं तेवढं तिनं आणि त्या टग्यांनी गोळा केलं. दागदागिने, पैसाअडका – सारा ओरबाडला आणि एक दिवस भांडण काढून ती बया जायला उठली.

आता आली पंचाईत. जुगळ्याकाका काकुळतीला येऊन म्हणाला, "मला सोडून कुटं चाललीस?"

ती त्याच्यापुढं हात नाचवून म्हणाली, "तर काय तुला जलमभर धरून बसू? येवडा म्हातारा घोडा झालायस, अजून अक्कल न्हाई तुला? आता तरी शीक!"

अशी अद्दल घडवून ती बया निघून गेली. ते टोळभैरवही निघून गेलं. जुगळ्याकाका एकटाच उरला.

आता पुढं काय करायचं? पोटाला कोण घालणार? दुखलंखुपलं तर बघणार कोण?

म्हातारा भोवऱ्यात अडकला.

हे तोंड घेऊन म्हातारीकडे परत जायचं कसं? आता लोक काय म्हणतील?

ही खाली बघायची काय पाळी आली!

एक दिवस गेला, दोन गेले, तीन गेले. म्हातारा खालवर घालून गुमान एके जागी पडून राहिला. ह्या मुदतीत गावातलं एक माणूस काय कुणी जाऊन त्याला म्हणालं नाही – "काका, ऊठ गा. जरा काय तरी खा."

आणि तिसऱ्या दिवशी सांच्यापारी अखेर शेवटी त्याची म्हातारीच त्याच्याकडं आली. त्याला झोला मारून म्हणाली, "आता तरी चल माझ्या मुडद्या! तुझं कोन हाय हितं म्हणून पडलायस रं? का सोबंला हाय तेवडं कुक्कू पुसून टाकायला बसलाईस? होतं नव्हतं ते दुसऱ्याच्या मड्यावर घातलंस आणि साऱ्या गावाला म्हातारपणी बिनपैशाचा फुकट तमाशा दावलास! जीव थंड झाला न्हवं तुझा? मग आता आणि का पडलायस? चल की आता."

म्हातारा कष्टानं उभा राहिला. तीन दिवस त्याच्या पोटात अन्नपाणी नव्हतं. त्याला अंधारी आली. मग म्हातारीनंच त्याचा हात हातात धरला - आणि तिच्या मागोमाग खाली मान घालून म्हातारा गुमान चालला.

पण झाल्या-गेल्या गोष्टींनी त्याच्या डोक्यात किडे पडले होते. पुढचे सगळे दिवस म्हाताऱ्यानं तोंड लपवून काढले तरी गाव अधुनमधून त्याला विचारायचं, "काय काका, बाई पळून गेली व्हय?"

ह्या प्रश्नाची करवत जुगळ्याकाकाचं अखेरचं आयुष्य वेगानं कापू लागली. म्हातारा रोज जास्त जास्त दुभंगलेला दिसू लागला. आणि तरी त्याला गाव कुचेष्टेनं विचारीत राहिलं, "काका, असं कसं गा केलंस त्वा?"

■

प्रतीक्षा

श्रावणमासातली चांदणी रात्र होती. अधुनमधून काळे ढग भरून येत होते. असं आभाळ भरून आलं की पावसाची एखादी सर यायची. ढग पुढं सरकायचे आणि आकाश पुन्हा स्वच्छ व्हायचं. एखाद-दुसरा ढग तेवढा थबकल्यागत एकाच जागी स्थिर असायचा. बाकी सगळीकडे आकाश निळंभोर दिसायचं. ढगाआड दडलेली नक्षत्रं उघडी करून डोळ्यांना मोह घालायची.

आभाळ भरून आलं होतं. चार थेंब येऊन एक सर पडून गेली होती. निळ्याभोर आकाशात चांदण्या चमकत होत्या. निरांजनातील वातीच्या मंद प्रकाशागत चांदणं पडलं होतं. स्वस्थ चित्तानं विसावा घेत राहावं तसं सारं गाव स्तब्ध दिसत होतं. सगळीकडे नीरव शांतता पसरली होती. झाडांची पानं तेवढी सळसळत होती आणि त्यांच्या सावल्या हलत होत्या. बाकी सगळं शांत दिसत होतं. मुद्दाम उभं राहून कान दिला तरच गावाला वळसा देऊन जाणाऱ्या ओढ्याचं पाणी खळाळताना ऐकू यायचं.

अशा या रात्रीच्या शांत वेळी शिवराम आणि तुकाराम दोघंही खिडकीच्या तोंडाशी उभे होते. त्यांचे डोळे समोरच्या बोळाकडे लागले होते.

बाहेरचा आडवा रस्ता ओलांडून नीट दक्षिणेकडे जी गल्ली जात होती त्या गल्लीनं पंधरा-वीस पावलं गेल्यावर एक जुना चिरेबंदी वाडा दिसत होता. त्या वाड्याला वळसा घालून रानातल्या पाऊलवाटेगत एक चिंचोळा बोळ त्या लहानशा गल्लीला येऊन मिळत होता. बोळाच्या तोंडालाच एक बसकं घर होतं. त्या घराच्या भिंतीला लागून म्हातारा लिंब उभा होता. लिंबाच्या अलीकडे चार हातावर चौगुल्याच्या उकिरड्याचा खड्डा लागत होता. त्या खड्ड्याच्या पश्चिमेला चौगुल्याच्या जुन्या घराच्या भिंती तटागत उभ्या होत्या. पांढऱ्या मातीच्या त्या भिंतीवर हिरवंगार पंद

उगवलं होतं.

हवेत गारवा भरू लागला तशी तुकारामानं एक चादर अंगाभोवती लपेटून घेतली आणि तो पुन्हा खिडकीजवळ येऊन उभा राहिला. खिडकीच्या तोंडातून येणारा गार वारा अंगावर घेत शिवराम तसाच उभा होता. त्याला कशाचीच दाद नव्हती. खिळा मारल्यागत एकाच जागी तो उभा होता. वाड्याला वळसा घालून येणाऱ्या त्या चिंचोळ्या बोळाकडं त्याचे डोळे लागून राहिले होते.

उभं राहून पाय अवघडल्यावर तुकारामानं त्या खोलीतच दोन येरझारा घातल्या आणि भुईच्या सतरंजीवर बसून म्हणाला, "आत्तापसनं उगंच कशाला ताटकळंत उभं ऱ्हायचं?"

शिवरामनं खिडकीतनंच वर आभाळाकडे बघून वेळेचा अदमास घेतला. कुरी कलली होती. बाजलं कासराभर वर सरकलं होतं. आभाळातला विंचू लांब जाऊन दिसेनासा झाला होता. जवळजवळ मध्यरात्र झालीच होती. विठ्ठलमंदिरातलं भजन आटोपलं होतं. सारं जिकडं-तिकडं स्तब्ध दिसू लागलं, तसा शिवराम अस्वस्थ होऊन गेला आणि एक विडी पेटवून समोरच्या त्या बोळाकडं निश्चल नजरेनं बघत राहिला.

सतरंजीवर कंटाळून बसलेला तुकाराम पुन्हा उठून जवळ गेला. त्या बोळाकडं बघत तो हळू आवाजात म्हणाला, "नक्की कितीला येणार हे तर सांगितलंय का?"

"तिच्याजवळ काय घड्याळ हाय व्हय?"

"मग येणार तर कवाशी?"

"सगळी गाढ झोपल्यावर कवाबी मध्यान्‌राती उठून येणार."

"अन् तिलाबी झोप लागली म्हंजे?"

"खुळा हैस का? तिचा डोळा कसा लागंल बरं? मला हिकडं वाट बगायला लावून ती तिकडं गडद झोप घेईल व्हय?"

संभाषण इथंच अवघडलं, आणि तुकारामही गप उभा राहिला. समोरच्या बोळाकडं नीट ध्यान लावून न्याहाळू लागला. आडवा रस्ता ओलांडून दक्षिणेकडे जाणारी गल्ली उजाड दिसत होती. चौगुल्याच्या घराच्या ढासळलेल्या भिंती भयाण वाटत होत्या. भिंतीवरलं हिरवं पंदं, हराळी-आघाडी वाऱ्याच्या झोतानं हलू लागली. हवा अधिक गार लागू लागली, तसा तुकाराम दोन पावलं मागं सरकून उभा राहिला आणि लुगड्याचा पदर डोक्यावरनं घ्यावा तशी अंगावरची चादर डोक्यावर घेत तो म्हणाला, "काय टाईम झाला असंल?"

"बारा वाजून गेलं असतील."

"मग अजून अकबराचा कसा पत्त्या न्हाई?"

"मलाबी त्योच घोर लागलाय. अजून मोटार का येऊ ने?"

"मध्यान्‌रातीपतुर मोटार हजर करतो म्हणाला होता न्हवं?"

"मग कुटं हाय पत्त्या त्याचा? हिकडं ही आली आणि जर वाड्यावर मोटार तयार नसली तर जायचं कसं?"

"तर! सगळा बाजाच होईल मग. तुम्ही जाणार कसं?"

मनातली तिडीक असह्य होऊन शिवराम म्हणाला, "मग कुठला जातोय मिङ्ग्यात! चाहूल लागली म्हंजे चारी वाटंनं माणसं मागं लागतील.

तुकाराम भान विसरून मोठ्याने बोलला, "असं पळून जाताना तावडीत गावला तर तुम्हा दोघांसनीबी जित्तं पुरंल तिचा बा!"

"अरं, हळू बोल. कोणबी ऐकंल न्हवं?"

मग तुकाराम न बोलताच उभा राहिला. चादरीचं एक टोक दातात धरून विचार करू लागला. शिवरामनंही आपली नजर समोर लावली. समोरचा तो चिरेबंदी वाडा स्तब्ध उभा होता. त्याला वळसा घालून येणारी चिंचोळी वाट निपचित पडून होती. कोपऱ्यावरच्या लिंबाची सावली तेवढी हलत होती. मागं- पुढं हलणाऱ्या त्या सावलीकडं त्याचं लक्ष गेलं आणि तो तिकडंच बघत राहिला.

या वेळपर्यंत अकबर यायला हवा होता; पण अजून त्याचा पत्ता नव्हता. त्याला इतका का उशीर झाला असावा? काय झालं असावं?... असे सतरा प्रश्न मनाला विचारीत शिवराम उभा होता; पण प्रश्न सुटत नव्हता.

आभाळ पुन्हा भरून आलं. दिवा कमी करावा तसा चांदण्याचा प्रकाश कमी कमी होत गेला. समोरनं कुणीतरी चालत यावं तशी ढगांची सावली घरांच्या कौलांवरून चालत आली. खापऱ्या तुडवत पुढं निघाली. समोरचा चिरेबंदी वाडा अंधारून गेला. लिंबाची हलणारी सावली ढगांच्या सावलीत मिसळून दिसेनाशी झाली. म्हाताऱ्या लिंबाचा संभार झाकळून गेला. वाड्याला वळसा देऊन येणाऱ्या चिंचोळ्या पाऊलवाटेचं तोंड अंधारात गडप झालं आणि गार वाऱ्याच्या झोताबरोबर पावसाचे थेंब येऊ लागले.

खिडकीच्या तोंडाशी उभा असलेला तुकाराम मागं सरकून भिंतीला पाठ लावून उभा राहिला. तव्यात लाह्या उडाव्यात तसा डोक्यावरच्या पत्र्यावर आवाज होत राहिला. आकाश आणखी काळं होऊन आलं आणि पत्रा मोठ्यानं वाजू लागला. तो एकसुरी आवाज ऐकत दोघंही स्वस्थ उभे राहिले. एवढ्यात बाहेरच्या दरवाजावर कुणीतरी धडक घातली. दारावर आवाज झाला तसे दोघंही थबकले. माना वळवून दाराकडं बघत राहिले. पाठोपाठ पुन्हा दार धडकलं आणि ओळखीची हाक ऐकायला आली तसे दोघंही पुढं झाले. शिवरामानं गडबडीनं दार उघडलं. अकबरच दारात उभा होता. पावसानं त्याचं अंग भिजून चिंब झालं होतं. तो न बोलताच आत

आला आणि झिंज्यातलं गळणारं पाणी हातांनी निपटून काढत उभा राहिला.

अकबर तोंड न उघडता खालेमानेनंच आपलं काम करीत राहिला, तसा शिवरामचा जीव कासावीस होऊन गेला. तो जवळ जाऊन म्हणाला, "इतका का रं वेळ?"

"काय करू? चालत यावं लागलं."

शिवरामचं धाबं दणाणून गेलं. उरी फुटून तो म्हणाला, "मोटार गावली न्हाई व्हय?"

नुसती नकारार्थी मुंडी हलवून अकबर आपले केस कोरडे करीत राहिला. शिवरामचा सारा धीरच एका क्षणात पार गळून गेला. त्याच्या पायाखालचा आधारच सुटल्यासारखा झाला. गाडी मिळाली नाही तर जायचं कसं? सगळा पुढचा बेत तर त्यावर आखला होता. गावातनं बाहेर पडायचीच आता पंचाईत होऊन बसली होती. आता या अडचणीला तोंड तरी कसं द्यायचं? ऐन घटकेला आता दुसरी व्यवस्था तरी काय करायची? मोटारीशिवाय दुसऱ्या वाहनाचा उपयोग नव्हता. चाहूल लागून पाठलाग झाला तर इतर वाहनं काय काम देणार? पण आता मोटार आणायची तरी कुठली? शिवरामाची पाचावर धारण बसली. कसला तरी चटका लागल्यागत एक हात झाडून तो म्हणाला,

"हॅट मर्दा! तुला एक मोटार आणायची झाली न्हाई?"

"सारी परस्वाधीन गोष्ट. त्याला मी तरी काय करणार? काय पायाला चाकं लावून पळायचं हाय व्हय नुसतं?"

"कोंच्याबी परिस्थितीत मोटार तयार ठेवतो असं वचन दिलंय की मी तिला. आता कसं करायचं मग?"

"आजचा पोग्रॅम कॅनसल करायचा."

शिवराम संतापून म्हणाला, "जरा टाळकं सुद्दीवर ठेवून बोला की!"

जीव मुठीत धरून अकबरनं तोंड उघडलं, "अरं, आल्या आल्या म्हणायचं, बाई, माघारी जा. आजचा बेत कंडम केलाय."

"काय बोलतोस हे तुझं तुला तरी कळतंय का?"

"काय झालं?"

"काय झालं काय? जी मुलगी आपल्या जीवावर उदार होऊन घराभाईर पडणार, ती परत माघारी जाईल व्हय?"

"न्हाई, पर तिला सांगू की समजून."

अकबरच्या ह्या बोलण्यानं शिवराम अधिकच बेचैन होऊन गेला. बोलणं सोडून तो पुन्हा खिडकीत येऊन उभा राहिला. डोळ्यापुढं संकटाचा डोंगर रचला जाऊ लागला. मन उदास होऊन गेलं. जिव्हाळ्यानं साथ देणाऱ्या अकबरचाही त्याला

राग आला. वैतागानं बाहेर बघत तो म्हणाला, "काय होईल ते होईल, आम्ही चालत जाऊ!"

"खूळ लागलंय व्हय? असं चालत कुटवर जाणार?"

"कवा तरी एकदा मरायचं हायच न्हवं? उद्या मरायचं ते आजच मेलं!"

शिवराम असं काहीतरी चमत्कारिक बोलू लागला, तसे अकबर आणि तुकाराम एकमेकांच्या तोंडाकडं बघत उभे राहिले. शिवरामची ही अवस्था बघून त्यांना काय बोलावं हे कळेना झालं. मग मुक्यानंच अकबरनं अंगातले ओले कपडे काढून टाकले. गार गार वारा अंगाला झोंबून हुडहुडी भरली. दातांवर दात बडवू लागले, तसं त्यानं एक घोंगडं चिलमीच्या छापीगत अंगाभोवती गुंडाळलं आणि तोही खिडकीजवळ येऊन उभा राहिला.

भीतीनं हादरून गेलेल्या शिवरामचं तोंड पडलं होतं. त्याच्या तोंडावरची चिंता बघवत नव्हती. कुणालाही दया यावी असा दीनवाणा चेहरा करून तो उभा होता. त्याला धीर कसा द्यावा आणि हे संकट कसं निभावून न्यावं हाच एक विचार अकबर करीत राहिला. ते तिघंही बाहेर दृष्टी लावून मुक्यानं उभे होते. वाचा गेल्यागत कुणाचंच तोंड उघडत नव्हतं.

काळे ढग विरळ झाले. पत्र्यावर तडतडणारा पावसाचा आवाज कमी होत गेला. थेंब पडायचे थांबले तरी पागोळ्या गळतच राहिल्या. असाच थोडा वेळ गेला आणि पागोळ्यांतून एक-एक थेंब टपकू लागला. मघाची सावली निघून गेली आणि अंगावरचं पांघरूण काढून टाकल्यागत समोरचा चिरेबंदी वाडा डोळ्यांना दिसू लागला. त्याला वळसा घालून येणाऱ्या चिंचोळ्या पाऊलवाटेचं तोंडही दिसू लागलं. कोपऱ्यावरच्या बसक्या घराला लागून असलेली लिंबाची सावली पुन्हा रस्त्यावर पडून हलू लागली.

अंगावरचं घोंगडं छातीवर घट्ट धरून अकबरनं शिवरामच्या तोंडाकडं पाहिलं. आपल्या एकटक नजरेनं शिवराम समोरच्या बोळाकडं बघत राहिला होता. काळजीनं त्याचं तोंड उतरलं होतं. डोळे आत ओढले होते. मनाला लागलेला ध्यास त्याच्या चेहऱ्यावर उमटला होता. चिमणीगत तोंड करून उभ्या असलेल्या शिवरामकडे बघवेनासे होऊन अकबर येरझारा घालीत राहिला. तळाचे बुडबुडे वर यावेत तसे विचार येऊ लागले... ही बाई आता आली तर करायचं काय? समजून सांगितलं तर ती परत तरी जाईल का? पण तिला काय सांगणार? ती हट्टानं नाही म्हणून बसली तर काय करावं? शिवराम तरी आपलं ऐकेल का? पण तो तरी कसं ऐकणार? आणि आपण तरी त्याला काय सांगणार? सगळंच तीन अडकून सीताराम होणार. मग ह्यातनं वाट काय? ह्याला इलाज काय?

तुकारामही हीच काळजी करीत होता. काय घडणार हे समजत नव्हतं.

मध्यान्हरात्र तर उलटून गेली होती. ही बाई आता केव्हा उगवेल हे सांगता येत नव्हतं. ती यायला आणि कुणी बघायला गाठ पडली तर काय करावं? बभ्रा झाला आणि चार लोक जमले तर जीव कसा वाचवावा? दोन्ही बाजूंनी खिंडीत कोंडल्यागत त्याची स्थिती होऊन गेली. भकास नजरेनं समोर बघत तो एकाच जागी न हलता उभा राहिला.

अकबर खोलीतल्या खोलीत येरझारा घालत होता. तुकाराम जीव मुठीत घेऊन उभा होता. कात्रीत सापडलेला शिवराम आपल्या अवघडलेल्या पायांची थोडी हालचाल करून म्हणाला,

"आली न्हाई तर देवानं बघून घेतलं असं होईल."

येरझारा घालणारा अकबर उभा राहून म्हणाला, "तेच म्हणतो मीबी. काय केल्याची तयारी फुकट जाईल, पर गळ्याचा फास तरी सुटंल."

"हे सगळं खरं, पर अशी आशा करण्यात काय अर्थ हाय?"

"काय झालं?"

"कारण ती येणार हे नक्कीच. कशी अडचण होऊन बसली बघ ही! धा पडायचं तिथं शंभर रुपये देऊन तरी तू मोटार आणायला पायजे हुतीस."

"पैशाचा परश्न कुठं नडला होता? अवघ्या दोन टॅक्शी. त्या गावायला नगोत येळंला? काय डायव्हरला सपान पडलंय अशानं असं? बरं, दुसरीकडनं कुठनं टॅक्सी आणावी सांग की."

"लग्नाचं लुगडंसुद्धा घेऊन ठेवलंय मर्दा! जनार्दनाकडे गावलं न्हाई तर दोपारी आणवून घेतलं. घरातल्या पाटल्या मोडून दत्त्या सोनाराफुडं बसून की रं मंगळसूत्र करून घेतलं."

"अरं, सगळं व्हय - पर त्याला मी काय करू?"

"तू तरी काय करणार खरं! पर आता ती आली तर आम्ही जाणार कसं हे सांग."

एवढ्यात एकाएकी कुत्र्यांचा कालवा ऐकायला येऊन अंगावर झर्रकन काटा उभा राहिला. तिघंही खिडकीच्या तोंडाशी घाबरे होऊन उभे राहिले. सगळ्यांचे डोळे समोरच्या बोळाकडं लागले. तिच्या घराच्या दिशेनंच कुत्र्यांचा आवाज येत होता. आता कोणत्या क्षणाला ती तिथं प्रगट होईल ते सांगता येत नव्हतं. तिघांच्याही हाता-पायांतनं वारं गेल्यागत झालं. पायांना भार सहन होईना झाला. हात लुळे पडल्यागत लोंबू लागले. आणि अकबर मनातल्या मनात ती येऊ नये म्हणून अल्लाची प्रार्थना करीत राहिला.

लिंबाची सावलीही एके जागी थबकून उभी होती. तो चिरेबंदी वाडा मेरू पर्वतागत स्थिर दिसत होता. त्या दगडी वाड्याला वळसा घालून येणारा बोळ

एखाद्या भुयाराप्रमाणे भयाण वाटत होता. या सगळ्यांवर डोळ्यांत तेल घालून कुणीतरी पहारा करावा तशा चौगुल्याच्या पांढऱ्या मातीच्या जुन्या भिंती खड्या उभ्या होत्या. तिघांच्याही नजरा त्या बोळाच्या तोंडावर खिळून राहिल्या होत्या. डोळ्याची पापणीही लवत नव्हती.

हळूहळू कुत्र्यांचा कालवा कमी झाला. पत्र्यावर ओरखडा काढावा तसा रात्रीच्या त्या शांत वातावरणावर एक ओरखडा काढून कुत्री भुंकायची थांबली. पुन्हा पहिल्याप्रमाणं जिकडं-तिकडं सारं सामसूम झालं. बराच वेळ झाला आणि येत नाही असं झाल्यावर ते तिघंही सुटकेचा श्वास टाकून एकमेकांच्या तोंडाकडं बघत उभे राहिले.

आलेली ही वेळ टळली तरी चिंता होतीच. अजून सबंध रात्र भुतागत त्यांच्यापुढं उभी होती. रात्रीतून काय घडेल आणि काय नाही हे कुणी सांगावं? कशाचाच ठाव लागत नव्हता. आपल्यापुढं संकट वाढून आलं आहे एवढंच काय ते कळत होतं. येणाऱ्या संकटाला तोंड कसं द्यावं, प्रसंग कसा निभावून न्यावा, हे कुणालाच समजत नव्हतं. काय करावं हा एकच विचार मनाला छळत होता. एखादी क्लुप्ती सुचावी म्हणून सगळेच विचार करीत होते.

वेळही वेगानं जाऊन उजाडत नव्हतं. एकदा उजाडलं म्हणजे डोक्यावरचं ओझं हलकं होणार होतं. मनाला लागलेली चिंता निदान तात्पुरती तरी कमी झाली असती; पण रात्र वैरिणीगत मुंगीच्या पावलांनी चालली होती.

शिवरामानं खिडकीतनंच वर आभाळाकडं पाहिलं. अजून कुरी डोक्यावरच होती. बाजलं मघापेक्षा आणखी थोडंबहुत वर सरकलं होतं. दूरवर खालच्या अंगाला दिसणारा विंचू अजून तिथंच होता. तांबूस रंगाचा मंगळ मात्र आता नुकताच उगवला होता. अजून रात्र बरीच होती. चंद्र मावळायला आणि शुक्र उगवायला अजून पुष्कळ अवकाश होता.

ही सबंध रात्र कशी काढायची? ती आलीच तर पुढं काय करायचं? विचारांच्या तंद्रीत येरझारा घालणारा अकबर मध्येच थांबला आणि खिडकीजवळ येऊन म्हणाला, "असं करूया का?"

"कसं?"

"त्यांच्या घराला भाईरनं कडी घालूया?"

हातात कळ सापडल्यागत शिवरामचा चेहरा उमलून आला. त्याच्या तोंडावरची जुनी कळा एका सेकंदात नाहीशी झाली. अकबरची ही कल्पना त्याला एकदम पसंत पडली. पण ह्या आनंदावर विरजण घालून तुकाराम लगेच म्हणाला,

"त्यांच्या भाईरच्या दरवाजाला कडी कुठं हाय?"

"तर काय बिनकडीचा दरवाजा असतो?"

"अरं, कधीकाळचा चौकाचा दरवाजा हाय त्यो. कोन दुरुस्ती करतोय त्याची?"

"काय सांगतोस तू?"

"आता खोटं हाय? अरं, कुठं जायचं झालं तर भाईरच्या दरवाजाला आतनं आडणा घालून परड्याच्या दाराला कुलूप घालत्यात, म्हाईत हाय?"

त्यातनंही शिवराम विनवणी करून म्हणाला, "अरं, पर जाऊन बघून तर या की. काय त्यालाबी पैसा पडणार हाय?"

शिवरामच्या समजुतीखातर तुकाराम आणि अकबर दोघंही बाहेर पडले. आडवा रस्ता ओलांडून समोरच्या वाड्याकडं निघाले. लिंबाची सावली ओलांडून वाड्याला वळसा घालून जाणाऱ्या बोळाच्या तोंडात शिरून ते दिसेनासे झाले.

शिवराम एकटाच खिडकीशी उभा राहिला. वेळ जाता जाईना झाला. त्याचे डोळे त्या बोळाच्या तोंडावर एकसारखे खिळून होते. एकाएकी गस्तीचा गंभीर ध्वनी कानावर येऊ लागला. रात्रीच्या शांत वेळी एकट्या तराळाचाच तेवढा आवाज कानावर येऊन अंगावर काटा उभा राहिला. गस्त जवळ जवळ येऊ लागली. धनगरवाड्याकडनं तराळ गस्त घालीत चौगुल्याच्या घराजवळ आला. त्याच्या हातातल्या काठीचे घुंगरू वाजू लागले. शिवरामानं खोलीतला दिवा आणखी बारीक केला. कंदील कोपऱ्यात ठेवून तो थोडा वेळ तिथंच उभा राहिला. काठी दगडावर आपटून घुंगरू मोठ्यानं वाजू लागले. तुकाराम आणि अकबर यांचा अजून पत्ता नव्हता. एवढ्यात तराळ समोरच्या गल्लीनं पुढं निघाला.

"बाळाप्पा चौगलेऽऽऽ, सावऽऽध... आबासाब देसपांडेऽऽऽ, सावऽऽध. .."

गस्त लांब जाऊ लागली तसा शिवराम पुन्हा खिडकीच्या तोंडाशी येऊन उभा राहिला. त्या बोळाच्या दिशेनं तराळ आता ब्राह्मणआळीत शिरला होता. राममंदिराच्या बाजूनं त्याचा आवाज येत राहिला आणि शिवरामचं लक्ष त्या बोळाच्या तोंडाकडं पुन्हा लागून राहिलं. तो चिरेबंदी वाडा, कोपऱ्यावरचं ते बसकं घर, चौगुल्याच्या घराच्या ढासळलेल्या पांढऱ्या मातीच्या भिंती, वाड्याला वळसा घालून येणारी ती चिंचोळी पाऊलवाट हे सारं एखाद्या हालचाल न करणाऱ्या मुडद्यागत त्याला भयाण वाटू लागलं. कुडीतला प्राण नष्ट झाल्याप्रमाणं सारं जिथल्या तिथं थंडगार दिसू लागलं.

गस्त ऐकायला येईनाशी झाली तरी तुकाराम आणि अकबर परतले नव्हते. शिवराम अस्वस्थ होऊन गेला. त्यानं खोलीतला दिवा मोठा केला. खोलीतल्या खोलीतच दहा येरझारा घातल्या. काही केल्या चैन पडेना झाली. मनाची तळमळ असह्य होऊन गेली. त्या दोघांप्रमाणे आपणही कुठंतरी निघून जावंसं वाटू लागलं. एकट्याला तिथं उभं राह्यचं होईना झालं. कोंडमारा असह्य होऊन गेला. मनात येऊ नयेत तसले विचार येऊ लागले... हे तिकडं गेले आणि ती हिकडं आली तर मी

एकटा काय करू?... आणि एक भयंकर शंका मनात येऊन तो चरकला... मला एकट्याला हितं सोडून त्यांनी पळ तर काढला नसावा?

खिडकीचे लोखंडी गज घट्ट मुठीत पकडून तो उभा राहिला. पाण्यात प्रवाहाला लागलेल्या माणसानं कशाचाही आधार घ्यावा, असे त्यानं गज हातात धरून ठेवले आणि समोरच्या बोळाकडं एकटक बघत तो उभा राहिला.

उभं राहून राहून पाय अवघडले. दृष्टी शिणून गेली. असा बराच वेळ गेला, आणि मग एकाएकी त्या चिरेबंदी वाड्याला वळसा घालून येणाऱ्या त्या चिंचोळ्या वाटेनं चाहूल ऐकू येऊ लागली. शिवरामनं हातातले गज आणखी घट्ट पकडून डोळे समोर लावले. दोन व्यक्ती त्या बोळाच्या तोंडातनं लिंब मागं टाकून भराभर चालत येऊ लागल्या. ते दोघंही लांब आहेत तोवर शिवराम हलक्या आवाजात म्हणाला,

"काय झालं?"

जवळ येऊन अकबरनं सांगितलं, "तुकाराम म्हणत होता तेच खरं झालं. कडीच न्हाई दरवाज्याला."

शिवरामची एक भाबडी आशा नाहीशी झाली. सगळेच फासे उलटू लागलेले पाहून त्याचा जीव कासावीस होऊन गेला. मनाची तळमळ सहन करता करता तो म्हणाला,

"अरं, मग तुम्ही का येवढा वेळ मोडला?"

"काय करणार आम्ही तरी?"

"म्हंजे? काय झालं?"

"शाळेच्या कट्ट्यावर ल्हवार आणि भोसल्याचा शिव्या गप्पा ठोकत बसलं होतं, त्यांनी हाक मारली. मग काय करणार?"

"इतका उशीर काय बोलणं चाललंय त्यांचं?"

"काय चाललं होतं कुणाला दक्कल! काय तरी खलबत दिसतंय भडव्यांचं!"

"कुठं कुणकुण तरी न्हाई न्हवं गावात?"

इतका उशीर ती पोरं का जागी असावीत असा एक आगंतुक प्रश्न मनाला विचारून शिवराम विचार करीत राहिला आणि अकबर त्याला दबल्या आवाजात म्हणाला,

"मी तर काय कुणाला बोललो नव्हतो. आता तिच्या तोंडातनं काय फुटलं असलं तर कुणाला ठावं!"

तुकारामला बसल्या जागी चैन पडेनाशी होऊन तोही उठून खिडकीजवळ आला. अकबरच्या कानाजवळ तोंड नेऊन म्हणाला,

"मला जरा भोसल्याचा संशय बाधतो रं."

"तो कसा?"

"तिच्या भावाची आणि त्याची तशी घसट हाय म्हणंनास."

शिवरामची छातीच हबकली. भलतेसलते विचार मनात येऊ लागले. जेवढा विचार करावा तेवढं थोडंच वाटू लागलं. भर पुरातल्या भोवऱ्यात सापडल्यागत सगळ्यांची अवस्था होऊन गेली.

उभं राहायचं होईना म्हणून तुकाराम पुन्हा जाऊन सतरंजीवर बसला. अंगातला जीव गेल्यासारखा होऊन धड बसायलाही येईना, तसा तो बसल्याजागीच लवंडला. भुईला पाठ टेकून उताणा पडला. तशा त्या अंधारात त्याच्या डोळ्यांपुढं नाना दृश्यं धरून आणल्यागत येऊ लागली...

अंगातलं सगळं रक्त पायात उतरल्यागत शिवरामचे पाय जड होऊन गेले. तसं अंग भिंतीला टेकून त्यानं आपल्या पायांवरचा भार थोडा कमी केला आणि पुन्हा त्या बोळाच्या तोंडाकडं बघत तो स्तब्ध उभा राहिला. मनाची उलघाल होत होती. जीव सारखा तडफडत होता. न मिळालेल्या मोटारीची चाकं सारखी डोळ्यांपुढं फिरत होती. काळजी करून काही उपयोग नव्हता. जे येईल ते भोगलं पाहिजे अशीच स्थिती होती. आणि तरी मनातले विचार काही थांबत नव्हते. मनाला तळमळल्याशिवाय बरं वाटत नव्हतं. सगळ्यांचीच अशी अवस्था होऊन बसली होती. जो तो मूकपणे पुढचा विचार करीत होता.

सतरंजीवर उताणा पडलेला तुकाराम अंगात बळ येऊन एकाएकी उठून बसला आणि अकबरला जवळ बोलावून म्हणाला, "तिच्या दरवाज्याभाईर एकानं उभं ऱ्हायलं तर?"

"कशाला?"

"म्हंजे दार उघडून भाईर पडल्या पडल्या सांगायला तर येईल, की बाई आजचं ऱ्हइत झालंय."

"पर भाईर उभा कसा ऱ्हाणार? रात किती झालीया! चोरागत हितं रं का, असं कुणी इचारलं तर?"

"व्हय – ते अवघडच हाय."

असं म्हणून तो पुन्हा विचार करीत बसला. अकबरही येरझारा घालू लागला. शिवराम आपल्या नशिबाला दोष देत खिडकीजवळ उभा राहिला.

रात्रीचे तीन वाजायला आले होते. चंद्र कलला होता. लिंबाची सावली पहिल्यापेक्षा लांबवर पसरली होती. रात्र गारव्यानं दाटली होती. लांबवर झालेली बारीकशी खसपसही ऐकायला येत होती.

शिवराम त्या बोळाकडं डोळे लावून उभा होता. रात्र कधी सरते असं त्याला होऊन गेलं होतं. तो अस्वस्थ होऊन गेला होता. आणि डोळ्यांना जे दिसू नये असं

वाटत होतं तेच नेमकं समोर आलं. शिवरामनं कसाबसा एक आवंढा गिळला आणि समोर बोट करून तो म्हणाला, "अरं, आली!"

अकबर आणि तुकाराम या दोघांच्या नजरा बाण गेल्यागत त्या बोळाकडं गेल्या आणि तुकाराम झोपेतनं जाबडत उठल्यागत बोलू लागला, "अरं – आली – आली! सारा घात झाला!"

चांदण्याच्या त्या मंद प्रकाशात नऊवारी पातळ नेसलेली एक तरुण बाई चांगली त्या लिंबापर्यंत आली, तसा धरबंद न राहवून शिवराम लगबगीनं खिडकीपासून मागं वळला आणि विचारू लागला,

"अरं, आता आम्ही जाऊ कसं?"

सगळ्यांचीच बोबडी वळली होती. कुणाच्याच हाता-पायांत जीव उरला नव्हता. तुकारामची जीभ तोंडातल्या तोंडातच फिरू लागली. अकबरला काय करावं हे सुचेना झालं. एवढ्यात भिंतीला टेकून उभी असलेली सायकल बघून शिवराम तिकडं धाव घेत म्हणाला,

"सायकलनंच जातो आता."

"अरं, चाकात हवा नसंल मागच्या. थांब."

असं म्हणून अकबर चलाखीनं दिवळीतला पंप घेऊन सायकलीकडं गेला. थरथरत्या हातानं चाकाला तोटी लावून तो कसाबसा पंप मारू लागला. तोंडानंच हवा घेत तो म्हणाला,

"कोंच्या वाटनं जातोस?"

"लौकर हवा भर आधी."

अकबर दात खाऊन पंप मारत होता. शिवरामची घाई उडाली होती. एक पळभरसुद्धा थांबायला तो तयार नव्हता. सारं गाव जागं होऊन आपला पाठलाग करणार यात त्याला शंका नव्हती. कधी बाहेर पडीन असं त्याला होऊन गेलं. पुरती हवा भरायच्या आतच तो सायकल ओढत म्हणाला,

"फुरं. सोड."

"अरं, डब्बल शीट जायला तर नगो का?"

"मारतो तशीच. आता वेळ घालवू नगो."

कासेतनं वासरू ओढून घ्यावं तशी सायकल ओढून घेऊन तो दारात आला. अकबर दार उघडायला पुढं झाला. एवढ्यात खिडकीच्या तोंडाशी उभा असलेला तुकाराम म्हणाला,

"थांबा जरा. दार उघडू नका."

"का रं?"

"ती बाई त्या झाडाखालीच बसलीय."

"झाडाखालीच?"

शिवराम आणि अकबर दोघंही खिडकीच्या तोंडाशी आले आणि झाडाखाली बसलेली ती बाई उठून उभी राहिली. लुगड्याच्या पुढच्या निऱ्या झाडत कोपऱ्यावरच्या त्या बसक्या घरात शिरली.

चाकातली हवा गेल्यागत शिवरामची अवस्था झाली. पायांवर धड उभं राहता येईना तसा तो मटकन खाली बसला. पालीच्या तुटलेल्या शेपटीगत त्याचं काळीज अजून उडतच होतं.

अकबरनंही सुटकेचा श्वास सोडला आणि मनातल्या मनात अल्लाची आठवण करून तो म्हणाला, "बरं झालं! न्हाईतर फजिती उडाली असती."

सायकल पुन्हा होती तशी भिंतीला टेकवून तुकाराम म्हणाला, "चाकात हवा कुठं हाय?"

"पंक्चर हाय काय रं मग?"

"येळ बरी, न्हाईतर काय दशा झाली असती!"

नुसत्या कल्पनेनंच शिवराम हबकून गेला. त्याच्या घशाला सोस पडला. बसल्या जागेसनं रांगतच तो कोपऱ्यापर्यंत गेला. कशीतरी घागर वाकडी करून त्यानं तांब्या भरून घेतला. हात भेलकांडल्यानं निम्मं पाणी भुईला सांडलं. तिकडं न बघताच त्यानं तांब्या तोंडाला लावला. पाणी पिऊन जीव थंड झाल्यावर तो पुन्हा उठून खिडकीच्या तोंडाशी येऊन उभा राहिला.

अकबर आणि तुकाराम दोघंही भुईच्या सतरंजीवर पाठी टेकून पडून राहिले. रात्र भरगच्च झाली होती. काळजी वाढतच होती. दिवस कधी उगवेल असं वाटत होतं. बाहेरचं शीतळ चांदणं नकोसं झालं होतं. पण चंद्र लौकर मावळत नव्हता आणि प्रखर प्रकाश यायला अजून अवकाश होता. कोंबडं आरवेल म्हणून अकबर कान लावून पडला होता. तोवर घू घूऽऽ घू घूऽऽ असा एक भयानक आवाज लांबनं येऊ लागला. भुईला पडलेला तुकाराम उठून खिडकीजवळ गेला आणि हळू आवाजात कुजबुजला, "घुबड कुठनं वरडाय लागलंय ह्यच्याऽऽयला अशुभ!"

खिडकीपाशी उभ्या असलेल्या शिवरामच्या पायांत कापरं भरलं. मनात भीती वाटू लागली. कसंतरी टिकवून धरलेलं अवसान सुटू लागलं. धीर अगदी खचत चालला तशी त्यानं हलकीच हाक मारली, "अकबर –"

"काय रं?"

"झोप आली व्हय?"

"झोप कशी लागंल?"

"मग जवळ तरी ये."

अकबरही खिडकीत येऊन उभा राहिला. एकाएकी गार वारा जोरानं वाहू

लागला. म्हातारा लिंब मान हलवत उभा राहिला. गारा पडाव्यात तशा निंबोण्या पडू लागल्या आणि काळ्या ढगांची सावली चालत आली. समोरचा चिरेबंदी वाडा अंधुक झाला. लिंबाचा संभार झाकळून गेला. बोळाचं तोंड दिसेनासं झालं आणि सडसड पावसाची सर कोसळू लागली. डोक्यावरच्या पत्र्याचा आवाज आलाव्यातल्या ताशागत होऊ लागला. आकाश आणखी काळं होऊन आलं. पत्र्याच्या पन्हाळी पुढं झेप घेऊन गळू लागल्या. गटारं तुडुंब भरून वाहू लागली. समोर दिसणारं लिंबाचं झाड करकरू लागलं. पाण्याचे तुषार खिडकीतून आत येऊ लागले. छपरावर पडणारं पाणी भिंतीवरनं उतरून खोलीत येऊ लागलं.

दम खाऊन आलेला पाऊस तास-दोन तास कोसळत राहिला आणि मग आभाळ पुन्हा निवळलं. सडा मारून अंगण स्वच्छ करावं तसा रस्ता स्वच्छ झाला. लिंबाच्या झाडावर हिरवा तजेला आला. समोरच्या चिरेबंदी वाड्याचा दगड अन् दगड धुतला गेला. लहान मुलाला आंघोळ घालून पाळण्यात निजवावं तसं चौगुल्याच्या भिंतीवरलं पंदं गडद माना टाकून झोपी गेलं होतं. गावाबाहेरचा ओढा मोठ्यानं ऐकू येत होता. पक्षी जागे झाले होते. पाऊस संपल्याबरोबर कोंबड्यानंही पहिली बांग दिली.

खिडकीजवळ उभा असलेला शिवराम म्हणाला, "फटफटलं जणू."

अकबर दार उघडून बाहेर गेला. तांबडं फुटलं होतं. कणसाच्या भारानं धाट वाकावं तशी चंद्रकोर क्षितिजावर टेकली होती. रात्रभर दिसणारी कुरी चंद्राच्या आधीच क्षितिज उतरून पलीकडं गेली होती. लांबवर दिसणारा विंचू लुप्त झाला होता. चंद्रबिंब मावळत होतं आणि लिंबाची सावली पुसली होती. पाटीवरच्या पुसलेल्या रेघोट्या दिसाव्यात तशी ती अस्पष्ट दिसत होती. वातावरणात आवाज मिसळू लागले. जात्यावरच्या ओव्या कानांवर येऊ लागल्या. लिंबावर बसून कावळे, चिमण्या, साळुंक्या मोठ्यानं बोलू लागल्या.

अकबर आत आला. त्यानं दार पुढं करून कडी घातली आणि पेटारीवरचं पांघरूण काढत तो म्हणाला, "शिवराम, सुटलो बाबा! ये, जरा आता भुईला पाठ लावू."

"रात्र गेली. आता घोर टळला –" असं म्हणून शिवरामही सतरंजीवर पाठ टेकून पडून राहिला. रात्रीच्या जागरणानं डोळे तारकटले होते. अंग ताटकळून गेलं होतं. एक मोठंच संकट टळलं याचा सगळ्यांना आनंद झाला. मनाचा ताण कमी झाला तसा पडल्या पडल्या अकबर आणि तुकाराम यांचा डोळा लागला.

शिवरामनंही चादर अंगावर ओढून घेतली. डोळे मिटून घेतले; पण डुलका लागेना. असाच थोडा वेळ गेला आणि त्याची झोपच उडाली. उशीवर डोकं टेकल्या टेकल्या तो भकास नजरेनं समोरच्या खिडकीकडं पाहत राहिला. खिडकीच्या

गजांतून त्याची दृष्टी बाहेर गेली आणि चिरेबंदी वाड्याला वळसा घालून येणाऱ्या त्या पाऊलवाटेभोवती रेंगाळू लागली. लिंबाच्या गार सावलीत बसून वाट पाहू लागली. जड झालेल्या पापण्या मिटू न देता तो तसाच एकटक नजरेनं खिडकीकडं पाहत पडला. अजूनही चाहूल लागेल म्हणून कान लावून ऐकत राहिला. कदाचित सकाळी उठल्या उठल्या ती तडक इकडं येईल आणि खिडकीजवळ येऊन हाक मारील असं मन सांगत राहिलं. शिवराम आपले डोळे उघडे ठेवून खिडकीकडं टक लावून बघू लागला.

त्याचे दोन्ही सोबती चांगले घोरू लागले आणि सूर्यप्रकाशाचे किरण भाल्यागत शिवरामच्या डोळ्यांत घुसू लागले. तसे त्यानं डोळे मिटून घेतले आणि पालथं पडून तोंड उशीत खुपसलं.

शिवराम हुंदक्यांनी दाटून आला, गचके लागल्यागत गळ्यातनं हुंदके बाहेर पडू लागले. त्याचे सोबती दचकून जागे झाले. अकबरनं त्याला हलवून विचारलं, "शिवराम, असं रं का? खूळ लागलंय व्हय?"

शिवरामचा कंठ गदगदून गेला होता. ओठांतनं शब्द फुटत नव्हता. गुदमरल्यासारखं होऊन तो असहायपणे म्हणाला, "अकबर, मला लई उदास वाटाय लागलंय रं. काय करू हे तरी सांग."

"एवढं जिवावरचं संकट टळलं ह्याचा आनंद मानशील का डोळ्यांतनं पाणी काढशील? काय झालं वाईट वाटायला?"

शिवराम पडलेला उठून बसला. उशाला घेतलेली पिशवी मांडीवर घेतली आणि त्यातनं हिरव्या पातळाची नवी कोरी घडी उलगडून डबडबलेल्या डोळ्यांनी तिच्याकडं बघत तो बसून राहिला. डोळ्यांतनं पाणी गळू लागलं.

त्याच्या खांद्यावर हातानं थोपटून अकबर म्हणाला, "काय हे खुळ्यावानी? येड लागलंय का तुला?"

शिवरामला हुंदके अनावर झाले, तसा धोतराचा बोळा तोंडात धरून तो बोलू लागला, "आता कवा नदरं पडंल मला ती? गेल्या दोन म्हैन्यांत काल माझी भेट झाली होती. कारावासात ऱ्हायल्यागत कसं दिस काढावंत तिनं? पर अकबर, एवढं सगळं ठरलं असताना असं का व्हावं बरं? काय घडलं असंल म्हणून समजावं? घराभाईर पडताना कुणी बघितलं का काय झालं असावं? मला कशाचाच बोध होईना झालाय. ह्यातलं काय फुटलं असंल तर तिचं नखबी मला नदरं पडू द्याचा न्हाई तिचा बा. हे असं का होऊन बसलं? इतकिंदी झुरून पुना ही पाळी का आली? मला घोर पडलाय तिचा. तुकाराम, काय बरं-वाईट तर झालं नसंल न्हवं तिचं?... अकबर, अरं बोला की रं!"

शिवराम विचारत राहिला आणि ते दोघंही काय घडलं असेल आणि काय नाही

याचा विचार करीत राहिले. हुंदके देत बसलेल्या शिवरामला समजवायचेही विसरून गेले. त्यांना प्रश्न पडला, एवढं सगळं यांचं ठरूनबी असं का व्हावं? मनाची एवढी खात्री असताना कशात घोटाळा झाला असावा? आता ह्या गोष्टीचा उलगडा कसा करून घ्यावा? जित्ती तर असंल का ती?... आई-बाचा तुरुंग फोडून ही बातमी तर आता कशी काढावी?

■

अस्सल मराठमोळ्या खमंग चुरचुरीत कथा

खुळ्याची चावडी

शंकर पाटील

पाटलांचं सारं साहित्यविश्व शब्दकळेच्या लावण्यानं
रसरशीत, चैतन्यमय आणि सालंकृत झालेलं आहे.
म्हणूनच त्यांच्या साहित्याला अस्सल मराठी मातीचा
सुवास लाभला आहे आणि रसरंगगंधानं
ते चुरचुरीत खमंग झालं आहे.
त्यांची खास मराठमोळी भाषा, गतिमान
निवेदन आणि चटपटीत संवाद यांच्या
लयकारीत एक खास शैली आहे.
त्यामुळं ते मराठी ग्रामीण कथेचे एक शैलीदार,
कसदार शिल्पकार म्हणून मान्यता पावले
असून त्यांनी मराठी कथाविश्व समर्थ, समृद्ध
आणि श्रीमंत केलं आहे. या साऱ्या
गुणधर्मामुळं त्यांच्या साहित्याला लोकमान्यता
आणि राजमान्यता मिळाली आहे.

❈ ❈ ❈